പൂർണ

2023

എം.എസ്. ബാലകൃഷ്ണൻ

തൃശൂർ ജില്ലയിലെ ചുരക്കാട്ടുകര മേച്ചേരി വളപ്പിൽ തറവാട്ടിൽ 1954 ജൂലായ് 31-ന് ജനിച്ചു. പിതാവ്: എം.കെ. ശങ്കരൻകുട്ടി എഴുത്തച്ഛൻ. മാതാവ്: മൂപ്പനാട്ട് ലക്ഷ്മിഅമ്മ. ചൂരക്കാട്ടുകര ഗവ. യു.പി. സ്കൂൾ, പുറനാട്ടുകര ശ്രീരാമകൃഷ്ണഗുരുകുല വിദ്യാമന്ദിരം ഹൈസ്കൂൾ, തൃശൂർ ശ്രീ. കേരളവർമ്മകോളേജ് എന്നിവിടങ്ങളിൽ വിദ്യാഭ്യാസം. ദീർഘകാലത്തെ സേവനത്തിനുശേഷം കാലിക്കറ്റ് യൂണിവേഴ്സിറ്റിയിൽ നിന്ന് ജോയിന്റ് റജിസ്ട്രാറായി വിരമിച്ചു. വെള്ളന്നൂർ സാവിത്രി ദേവി സാബൂ മെമ്മോറിയൽ വിമൻസ് കോളേജിൽ മൂന്നുവർഷവും പന്തീരാങ്കാവ് പി.വി.എസ്. കോളേജ് ഓഫ് ആർട്സ് ആന്റ് സയൻസിൽ അഞ്ചു വർഷവും പ്രിൻസിപ്പലായി പ്രവർത്തിച്ചു. മിത്രവേദി അവാർഡ്, തൃശൂർ സർഗ്ഗ സാംസ്കാരിക വേദിയുടെ പ്രഥമ സർഗ്ഗപ്രഭാപുരസ്കാരം, തുഞ്ചത്തെഴുത്തച്ഛൻ സമാധി ഫൗണ്ടേഷന്റെ തുഞ്ചൻ കാവ്യ പുരസ്കാരം, കണ്ണൂർ ഉത്തരകേരള സാഹിത്യവേദിയുടെ തൂലികാ പുരസ്കാരം, രേവതി പട്ടത്താനം - കൃഷ്ണഗീതിപുരസ്കാരം 2021 തുടങ്ങിയവ നേടി. പ്രധാന കൃതികൾ: സായൂജ്യ നോവുകൾ, അനന്ത നടനം, ഇതിഹാസം ഇഴഞ്ഞ വഴികൾ, അനുധാവനത്തിന്റെ രസതന്ത്രം, ഒറ്റച്ചിറകുള്ള പക്ഷി, രാമവീഥി-രാമായണം പ്രശ്നോത്തരി. ഭാര്യ: ശ്രീമതി എം.വി. ഗിരിജ. മക്കൾ: എം.ബി. ഹരിശങ്കർ, എം.ബി. ഗായത്രി. മരുമകൾ: കൃതികാ തിവാരി. വിലാസം: 'നിചിത', മേച്ചേരി വളപ്പിൽ വീട്, ചൂരക്കാട്ടുകര, അമലനഗർ (പി.ഒ.), തൃശ്ശൂർ. പിൻ-680 555. മൊബൈൽ: 9446289542 email:msb71954@gmail.com

AF755126

കവിതകൾ

എം.എസ്. ബാലകൃഷ്ണൻ

തുംഗഭദ്ര അവിരാമമൊഴുകുന്നു

പൂർണ പബ്ലിക്കേഷൻസ്, കോഴിക്കോട്
കോഴിക്കോട് ■ കല്പറ്റ ■ തിരുവനന്തപുരം

Poorna Publications

Thungabhadra Aviramamozhukunnu
Poems
M.S.Balakrishnan

Malayalam
First Edition: January 2023

Cover design: Subin Yuva

Typesetting: Poorna Clt.
Printing: Kairali Offset

ISBN: 978-81-300-2542-1
9945(1-2023) 407.I.0.e

Published by:
POORNA PUBLICATIONS, KOZHIKODE
TBS Building, G.H. Road, Kozhikode-673001
Ph: 0495-2720085, 2720086, 2721025

Branches:**Kalpetta** 04936-203842
Thiruvananthapuram 0471-2570504

e-mail:tbsbook@gmail.com
Online Bookstore: www.tbsbook.com

കവിമൊഴി

തൃശൂർജില്ല, ചൂരക്കാട്ടുകര ഗ്രാമം മേച്ചേരി വളപ്പിൽ തറവാട്ടിൽ ഒരു വിജയദശമി നാൾ സരസ്വതീ പൂജ. അന്ന് മുത്തച്ഛന്റെ മടിയിലിരുന്ന് ഹരിശ്രീകുറിച്ച നാൾമുതൽ അക്ഷരങ്ങളെ പ്രണയിച്ചു.

എന്റെ കാവ്യാനുസന്ധാനത്തിൽ ഞാൻ ഏറ്റവും കടപ്പെട്ടിരിക്കുന്നത് ദേവഭാഷയുടേയും, മലയാളത്തിന്റെയും സൈദ്ധാന്തികാടിത്തറയും പ്രായോഗികരീതിശാസ്ത്രവും സമന്വയിച്ച ജ്യേഷ്ഠതുല്യാദരണീയ ഗുരു ശ്രേഷ്ഠൻ ഡോ. ചാത്തനാത്ത് അച്യുതനുണ്ണിസാറിനോടാണ്. ആ പാദങ്ങളിൽ സാഷ്ടാംഗനമസ്ക്കാരം.

അന്തർമുഖനായിരുന്ന എനിക്ക് മലയാളത്തിന്റെ ഭാവസാന്ദ്രതയുടെ പ്രതീകമായിരുന്ന പുണ്യാത്മാവ് ഒ. എൻ. വി സാർ ആദ്യഊർജം പകർന്നുതന്നു: 'അപരാഹ്നചിന്ത'- കവിതകളുടെ കാസറ്റ്/സിഡി. അച്ചടിമഷി പുരണ്ട ആദ്യകവിതാസമാഹാരത്തിന് ഞാനേറെസ്നേഹിക്കുന്ന, ബഹുമാനിക്കുന്ന ഡോ. എം. ലീലാവതി ടീച്ചർ മുഖക്കുറിപ്പെഴുതി. അവർ കണ്ടെത്തിയ സ്വീയതാളത്തിലെന്റെ രചനകൾ: 'സായൂജ്യ നോവുകൾ'- കവിതാസമാഹാരം മലയാള കവിതയുടെ ദീപസ്തംഭം, നൂറ്റാണ്ടിന്റെ ഇതിഹാസം, മഹാകവി അക്കിത്തം ഇറ്റിച്ചുതന്ന അക്ഷരതീർത്ഥം കാവ്യ സപര്യക്ക് അമൃത്. കവികുലാധിപതി ആയ അവിടുന്നു കണ്ടെത്തിയ പരിമിതികൾ ഓർത്തുകൊണ്ടു ഞാൻ എഴുത്തുവഴിതാണ്ടുന്നു:'അനന്ത നടനം'-കവിതാസമാഹാരം.

അക്ഷരമൂർച്ചയുടെ കർക്കശ വാങ്മയത്തിനുടമയായ പ്രൊഫ. കെ. പി.ശങ്കരൻമാഷ് നെല്ലും പതിരും വേർതിരിച്ചറിയാനും, ഭാഷാ ശുദ്ധിയുടെ ബാലപാഠങ്ങളും പഠിപ്പിച്ചു. കാവ്യശേഷിയേക്കാൾ ശങ്കരൻമാഷുടെ സ്നേഹം എനിക്കു മുന്നേറാനുള്ളകരുത്തു നൽകി. പാഠങ്ങൾ ആവുന്നത്ര പഠിച്ച് യാത്ര തുടരുന്നു: 'ഇതിഹാസം ഇഴഞ്ഞ വഴികൾ' - കവിതാസമാഹാരം.

എന്റെ കവിതകളിൽ കൂടുതൽ അർത്ഥതലങ്ങൾ - ദാർശനികമാന ങ്ങളും, മൂല്യബോധങ്ങളും ആശയ ഖനിയും കണ്ടെത്തിയ മലയാള ഭാഷയുടെ സൗമ്യദീപ്ത പാരമ്പര്യത്തിന്റെ കവിയായി ഞാൻ കാണുന്ന

ശ്രീധരനുണ്ണി സാർ എഴുതിയ അവതാരികയുടെ ഊർജ്ജം തുടർ യാത്രയ്ക്കു പാഥേയമായി: 'അനുധാവനത്തിന്റെ രസതന്ത്രം' - കവിതാസമാഹാരം

സംഗീത പ്രപഞ്ചത്തിലെ കാവ്യ ചക്രവാളമായി ഞാൻ കാണുന്ന കൈതപ്രത്തിന്റെ അനുഗ്രഹ സ്പർശം എന്റെ അഞ്ചാമത്തെ കവിതാ സമാഹാരം 'ഒറ്റച്ചിറകുള്ള പക്ഷി'-യുടെ തോടുപൊട്ടിച്ചുള്ള പിറവിക്കു നിമിത്തമായി. ഈ കൃതിക്കുള്ള രേവതി പട്ടത്താനം 'കൃഷ്ണഗീതി' പുസ്ക്കാരം എന്റെ കാവ്യ സപര്യയുടെ ഏറ്റവും വലിയ നേട്ടമായി ഞാൻ കണക്കാക്കുന്നു.

എന്റെ ആറാമത്തെ കവിതാസമാഹാരമായ 'തുംഗഭദ്ര അവിരാമ മൊഴുകുന്നു' എന്ന ഈ കൃതിക്ക് പ്രൗഢഗംഭീരമായ ഒരവതാരിക യെഴുതിത്തന്ന് എന്റെ കാവ്യജീവിതത്തിന് നിറം പകർന്ന ഡോ.കെ. എൻ പ്രിയദർശൻലാൽ എനിക്ക് ജ്യേഷ്ഠതുല്യനാണ്. ഏറെ കടപ്പാടുമുണ്ട്.

അപരാഹ്നചിന്ത, സായൂജ്യ നോവുകൾ, കാലാതിവർത്തികാവലാൾ, എന്റെമലയാളം, ഇതിഹാസം ഇഴഞ്ഞ വഴികൾ, ബന്ധനത്തിന്റെ നോവുകൾ എന്നീ സി.ഡികളിൽ എന്റെ കവിതകൾ ശ്രുതി മധുരവും അർത്ഥഗാംഭീര്യവും ചേർത്ത് അക്ഷരസ്ഫുടതയോടെ ആലപിച്ച ചെങ്ങന്നൂർ ശ്രീകുമാർ, കെ.പി. ശ്രീദേവി, ഗായത്രിസചീന്ദ്രൻ, ഇ.പി ജ്യോതി, വിഷ്ണുശിവശങ്കരൻ എന്നിവരെയും സംഗീതാവിഷ്ക്കാരം നടത്തിയ എൻ.പി. പ്രഭാകരനെയും സ്മരിക്കുന്നു.

കവികളും കാവ്യാസ്വാദകരും സഹൃദയരായ സാധാരണക്കാരു മട ങ്ങുന്ന ചെറുതല്ലാത്തൊരു സൂഹൃദ്വലയമെനിക്കുണ്ട്. അവരോട് ഞാൻ കടപ്പെട്ടിരിക്കുന്നു. എന്റെ അഭ്യുദയം കാംക്ഷിക്കുന്നവരാണവർ.

എനിക്ക് ശക്തി പകരുന്ന എന്റെ സഹധർമ്മിണി ഗിരിജയ്ക്കും സ്വന്ത മെന്നു ഞാൻ കരുതുന്ന എല്ലാവർക്കും നന്ദി. മേൽപറഞ്ഞ എല്ലാവരു ടേയും അനുഗ്രഹാശിസ്സുകളുടെ അടിവളത്തിന്റെ കരുത്തിലാണെന്റെ കാവ്യവൃക്ഷംവളർന്നു പന്തലിക്കുന്നത്.

വിധിയെഴുത്തിനായി സഹൃദയസമക്ഷം സവിനയം സമർപ്പിക്കുന്നു.

- എം.എസ്.ബാലകൃഷ്ണൻ

ഉള്ളടക്കം

ധർമ്മ വീരത്തിന്റെ മന്ദ്രതൂര്യം

കവി, ഗാനരചയിതാവ് എന്നീ നിലകളിൽ പ്രസിദ്ധനും ശ്രേഷ്ഠ പുരസ്ക്കാരങ്ങളാൽ സമ്മാനിതനുമായ ശ്രീ. എം.എസ് ബാലകൃഷ്ണന്റെ ഏറ്റവും പുതിയ കവിതാ സമാഹാരമാണ് 'തുംഗഭദ്ര അവിരാമമൊഴുകുന്നു'. ഭൂതകാലത്തോടുള്ള യുക്തി ഭദ്രമായ സമാദരം, വർത്തമാന യാഥാർത്ഥ്യങ്ങളുടെ സൂക്ഷ്മമായ അപഗ്രഥനം ഇവയാണ് ഇദ്ദേഹത്തിന്റെ രചനകളിലെ അന്തർധാര. ഈ സമാഹാരത്തിലെ നാല്പത്തൊൻപതുകവിതകളും ഈ ആശയമണ്ഡലത്തിലുൾപ്പെടുന്നു. ഓരോ കവിതയും സവിശേഷശ്രദ്ധയർഹിക്കുന്നതിനാൽ എടുത്തുപറയപ്പെടേണ്ടവയാണ്. അത് അവതാരികയുടെ ഔചിത്യത്തെ ബാധിക്കുമെന്നതിനാൽ സ്ഥാലീപുലാകന്യായത്തിൽ ചില മാതൃകകൾ മാത്രം പരിഗണിക്കാം.

ശീർഷകത്തിനാധാരമായ കവിത തന്നെയാകട്ടെ ആദ്യം. വിന്ധ്യന്റെയും സഹ്യന്റെയും സംഭാവനയാണ് തുംഗഭദ്ര. 'തുംഗതരംഗേ ഗംഗേ' എന്ന് ശ്രീശങ്കര പരമ്പര സ്തുതിക്കുന്നതിൽ നിന്ന് ഇത് ഗംഗാതുല്യം പവിത്രമാണെന്നു വന്നു. രാമായണത്തിലെ കിഷ്ക്കിന്ധാകാണ്ഡം തുംഗഭദ്രാതീരത്താണു നടന്നത്. ശതവാഹനരുടെ കാലത്ത് ഇവിടം ബൗദ്ധശരണത്രയത്താൽ മുഖരിതമായിരുന്നു. പിന്നെ പല കൈകളിലൂടെ മുഹമ്മദീയ ഭരണത്തിൽ വന്നു. ഒടുവിൽ ഹരിഹരനും ബുക്കനും ചേർന്നു സ്ഥാപിച്ച വിജയ നഗരത്തിന് ജീവജലം നൽകി. അന്ന് ഹംപി ലോകത്തിന്റെ ശ്രദ്ധാകേന്ദ്രമായിരുന്നു. ഈ ദിർഘകാല ചരിത്രം കവി സംഗ്രഹിച്ചിരിക്കുന്നു. ചരിത്രം കവിതയാവുന്നതുനോക്കുക.

നിർമ്മാണ കലയുടെ സൗന്ദര്യവും
സംഹാരക്രിയയുടെ ഭീകരതയും
ചേർന്നൊരു കൊളാഷുസൃഷ്ടിപോലെ
അവിരാമ നിർവ്വികാരനീരൊഴുക്കാവുന്നു തുംഗഭദ്ര.

വിശിഷ്ട വ്യക്തികൾക്കുനൽകുന്ന അക്ഷര തിലോദകങ്ങളാണ് എടുത്തുപറയേണ്ട ഒരു വിഭാഗം. മഹാകവി അക്കിത്തത്തേക്കുറിച്ച് ധാരാളം അനുസ്മരണങ്ങളുണ്ടായിട്ടുണ്ട്. അവയിൽ ഏറ്റവും മികച്ച ഏതാനും കവിതകളിലൊന്ന് ഈ കവിയുടെ രചനയാണ്.

കാവ്യദേവത താളവട്ടങ്ങൾ
പിഴക്കാതെയെന്നും നടമാടിയ
ദേവായനത്തിന്റെ ദേവാങ്കണത്തിൽ
സൗമ്യദീപ്ത ശോഭ വിടരും
ദീപനാളങ്ങളുല്ലസിക്കുന്നു (അക്കിത്തം)

തനിക്ക് കാവ്യരചനാവിദ്യ ഉപദേശിച്ചുതന്ന വിഷ്ണുനാരായണൻ നമ്പൂതിരി (സൗമ്യസാത്വികൻ), മാടമ്പ് കുഞ്ഞിക്കുട്ടൻ (ഒറ്റയാൻ) എന്നിവരെക്കുറിച്ചും ഹൃദ്യമായി എഴുതിയിട്ടുണ്ട്. ലോകം നമിക്കുന്ന ശാസ്ത്രജ്ഞനും ആധുനിക ഭാരതത്തിനഭിമാനമായ രാജനൈതികപുരുഷനുമായ എ.പി.ജെ. അബ്ദുൾ കലാമിനെ ആധുനിക കാലത്തിന്റെ മഹർഷിയായിട്ടാണ് അഭിദർശനം ചെയ്തിരിക്കുന്നത്.

ഋഷിപരമ്പര നിജപൂർവ്വികരെന്നും
മനമതിനൊരു തടവറതീർക്കില്ലെന്നും
മടികൂടാതെയുണർത്തിയ ധീരമനീഷി
നിദ്രയിലാണീ സ്മരണകുടീരത്തിൽ
ഇവിടെ ശ്രുതിയുണരുന്നു സപ്തസ്വരസാഗരവും
ഇത്തിരി നേരമിളവേൽക്കാനിവിടെയിരിക്കുമ്പോൾ
കുളിർക്കാറ്റെന്നെ തൂവൽകണക്കുതലോടുമ്പോൾ
പടരുകയാണ് സിരകൾ ധമനികൾ നാഡിയിലെല്ലാം
പുതിയൊരുണർവ്വിൻ ഊർജ്ജതരംഗങ്ങൾ (ശാന്തനിദ്ര)

സുഷമാസ്വരാജിനു നൽകുന്ന ശ്രദ്ധാഞ്ജലി അതീവഹൃദ്യമാണ്.

നിർഭയമചഞ്ചലം മനോവൃത്തികൾ
ദുർഗ്ഗയായ് ലക്ഷ്മിയായ് സരസ്വതീദേവിയായ്
കാണുന്നുനീയീ നാടിന്റെ പുണ്യം സോദരീ
(മായാത്ത സിന്ദൂരം)

സാധാരണഗതിയിൽ ഏതെങ്കിലുമൊരു കവി രചിക്കാനിടയില്ലാത്ത അപൂർവ്വങ്ങളിൽ അപൂർവ്വമായ ഒരു ചരമകാവ്യവും ഈ സമാഹാരത്തിലുണ്ട്. ചേതൻചൗഹാൻ എന്ന ബാറ്റർ ഗവാസ്ക്കറോടൊപ്പം ഏറ്റവുമധികം സെഞ്ചറികൂട്ടുകെട്ടുയർത്തിയ ക്രിക്കറ്ററാണ്. എന്നാൽ അദ്ദേഹം ഒരു സെഞ്ചറിപോലും അടിച്ചെടുത്തിട്ടില്ല. താനെന്ന ചിന്തവിട്ട് നാടിന്റെ

ജയത്തിനുവേണ്ടി പ്രതിരോധിച്ചും ആക്രമിച്ചും യഥായോഗ്യം കളിച്ച ആ ധീരൻ ദേശാഭിമാനത്തിന്റെ മാതൃകയാണ്. വാസ്തവത്തിൽ ഈ കവിത ഇംഗ്ലീഷിലോ സംസ്കൃതത്തിലോ ഹിന്ദിയിലോ പരിഭാഷപ്പെടുത്തി ആ കവിയുടെ കുടുംബത്തിനയച്ചുകൊടുക്കേണ്ടതാണ്. അചഞ്ചലമായ, സ്വാർത്ഥരഹിതമായ, ദേശാഭിമാനത്തിന് അതൊരു വലിയ അംഗീകാരമാകും.

മിഴിയിൽ പതറാത്ത ജാഗ്രത
കാലുറച്ച നചികേത ശ്രദ്ധയും
കടുകിട വിടാത്ത പ്രതിരോധം
എത്രനാളിങ്ങനെ കോട്ടകാത്തു
സ്വാർത്ഥ ചിന്തകൾക്കപ്പുറം
സംഘബോധം കൈമുതൽ
വിശ്വസ്തതയുടെ ആൾരൂപം (സൗമ്യധീരൻ)

ഇസ്രായേലിൽ ഹമാസ് ഭീകരർ നടത്തിയ ആക്രമണത്തിൽ കൊല്ലപ്പെട്ട മലയാളിയായ സൗമ്യയെന്ന ഗൃഹപരിചാരികക്ക് ആദരവർപ്പിക്കുന്നുണ്ട്. വെള്ളപോലീസുകാരന്റെ കാൽമുട്ടുകൾക്കിടയിൽ ശ്വാസംകിട്ടാതെ മരിച്ച ജോർജ് ഫ്ളോയിഡ് എന്ന കറുത്ത അമേരിക്കൻ പൗരനും ശ്രദ്ധാഞ്ജലി നൽകുന്നു. മഹാരാഷ്ട്രയിലെ പാൽഘറിൽ രണ്ടു സന്യാസിമാരെയും അവർ സഞ്ചരിച്ച വാഹനത്തിന്റെ ഡ്രൈവറേയും അടിച്ചുകൊന്ന വിമതസ്ഥരെ സംരക്ഷിക്കുന്ന സംസ്ഥാന ഭരണകൂടത്തിന്റെ പ്രീണനനയത്തിനെനെതിരായ പ്രതിഷേധവും (മരണമണി മുഴങ്ങുന്നു) ഇതിലുണ്ട്. ദത്തോപാന്ത്ഥേംഗിഡി എന്ന സമർപ്പിതാത്മാവിനെയും സ്മരിക്കുന്നു.

പൗരന്മാരുടെ ആത്മവീര്യം ഉത്തേജിപ്പിക്കുന്നവരാകണം ഭരണാധികാരികൾ. നേട്ടങ്ങളിൽ അഭിനന്ദിക്കാനും വീഴ്ചകളിൽ ആശ്വസിപ്പിക്കാനും അവർ ഓടിയെത്തണം. ഭാരതം ചന്ദ്രനിലേക്കു വിക്ഷേപിച്ച വിജ്ഞാന പേടകം ലക്ഷ്യത്തിന് മീറ്ററുകൾക്കടുത്തുവെച്ച് തകർന്നുപോയത് യഥാർത്ഥഭാരതീയരുടെ ഹൃദയങ്ങൾ തകർന്നതിനുതുല്യമായിരുന്നു. ദൃസാക്ഷിയായിരുന്ന പ്രധാനമന്ത്രി മോദിജി ചെയർമാൻ ഡോ. ശിവനെ ആലിംഗനം ചെയ്താണ് ആശ്വസിപ്പിച്ചത്. നാം സ്വയം വികസിപ്പിച്ചെടുത്ത ഉപഗ്രഹം അത്രയും വരെ ഭംഗിയായി പ്രവർത്തിച്ചതിലാണ് അദ്ദേഹത്തിനഭിമാനം. ചെറിയ പിഴവുകൾ തീർത്ത് അടുത്ത ഊഴത്തിൽ വിജയിക്കാമെന്ന് പ്രഖ്യാപിക്കുകയും ചെയ്തു. ഏതുകാലത്തും ഏതു ഭര

ണാധികാരിക്കും മാതൃകയാവേണ്ട ഈ സംഭവത്തെ യശ:ധ്വജം എന്ന കവിതയിൽക്കാണാം.

അധർമ്മത്തിന്റെ ഏതു കൂരിരുട്ടിലും നന്മയുടെ ഒരു കനൽ കാണും. കൗരവർ നൂറുപേരിൽ ഒരുവനതുണ്ടായിരുന്നു. ഗാന്ധാരിയുടെയും ധൃതരാഷ്ട്രരുടെയും മകൻ വികർണ്ണൻ അച്ഛന്റെയും സഹോദരങ്ങളുടെയും അധർമ്മങ്ങളെ പരസ്യമായി എതിർത്തു. കൗരവ സഭയിൽ പാഞ്ചാലി അപമാനിതയായപ്പോൾ ഭീഷ്മർപോലും കുറ്റകരമായ മൗനം പാലിച്ചു. അവിടെ അതിനെ എതിർത്ത ഒരേയൊരാൾ വികർണ്ണനായിരുന്നു. എന്നാൽ മഹാഭാരതയുദ്ധത്തിൽ അധർമ്മപക്ഷത്താണെന്നറിഞ്ഞുകൊണ്ടുതന്നെ പാണ്ഡവർക്കെതിരെ യുദ്ധംചെയ്ത് ഭീമന്റെ കൈകൊണ്ടുമരിക്കുകയും ചെയ്തു. അധർമ്മത്താൽ കീഴടക്കപ്പെടുന്ന ധർമ്മസങ്കടമാണ് വികർണ്ണൻ. ഈ കഥാപാത്രത്തേക്കുറിച്ച് അധികമാരും പാടിയതായി അറിയുന്നില്ല. അറിയുന്നിടത്തോളം വികർണ്ണനേക്കുറിച്ചുള്ള അത്യപൂർവ്വ കവിതയാണ് 'നീതിയുടെ നിഴൽ'. ഇത്തരത്തിൽ പുരാണേതിഹാസങ്ങളുടെ മൗനങ്ങളിൽ നിന്ന് അസുലഭ മുഹൂർത്തങ്ങൾ ശേഖരിച്ച് പുനരാവിഷ്ക്കരിക്കുന്നത് ശ്രീ.എം. എസ്സിന് പ്രിയപ്പെട്ട രചനാതന്ത്രമാണ്.

വർത്തമാനകാലത്തോടു സംവദിക്കുന്ന ഏതു കവിയിൽ നിന്നും പ്രതീക്ഷിക്കാവുന്ന കവിതകൾ ധാരാളമാണ്. ഈ സമാഹാരത്തിലും ഒരു കൂട്ടിലെ പറവകൾ, ശ്രുതിതെറ്റിയ രാഗം, മരണപ്പൂക്കളുടെ നിറഭേദങ്ങൾ, ജന്മാന്തരങ്ങൾ, പട്ടികൾ കുരയ്ക്കുന്നില്ല, ചീനത്താണ്ഡവം, പിൻകുത്ത് എന്നിങ്ങനെ ഇവയുടെ പട്ടിക നീളുന്നു. എന്നാൽ വൈദികകാലം മുതൽക്കിങ്ങോട്ടുള്ള പ്രകൃത്യവബോധത്തേക്കുറിച്ചുള്ള കവിതകളെ എടുത്തുപറയുകതന്നെവേണം. പരിസ്ഥിതി സൗന്ദര്യ ശാസ്ത്രത്തിന് മുതൽകൂട്ടാണിവ. സങ്കോചവികാസങ്ങൾ, ആൽമരം പഠിപ്പിക്കുന്നത്, സൗന്ദര്യലഹരി, ശുഭകാമന, അന്നചിന്തകൾ, തരുപുരാണം ഇവയെല്ലാം അനാദിയായ ഒരു സംസ്കാരത്തിന്റെ ഉജ്വലങ്ങളായ പ്രതിസ്പന്ദനങ്ങളാണ്. കവിതകൾ സജ്ജനങ്ങളുടെ സൂക്ഷ്മ പരിശോധനക്കും പഠനത്തിനും വിധേയമാകുമെന്നതിനാൽ കൂടുതൽ വിവരിക്കുന്നില്ല.

ശ്രീ. എം.എസ്. ബാലകൃഷ്ണന് ആദർശം ആത്മാവിൽ നിന്നു വരുന്നതാണ്. ഇന്ന് ഭാരതത്തിൽ നിലവിലുള്ള സാഹിത്യ പുരസ്ക്കാരങ്ങളിൽ പ്രാചീനതമമാണ് രേവതി പട്ടത്താനം സമ്മാനം. പന്ത്രണ്ടാം നൂറ്റാണ്ടുമുതൽ പണ്ഡിത ലോകം ആഗ്രഹിച്ചുപോരുന്ന ആ അംഗീകാരം കുന്നലക്കോനാതിരിയിൽ നിന്ന് ഏറ്റുവാങ്ങാൻ ഇദ്ദേഹത്തിനു ഭാഗ്യമുണ്ടായി. തളി ശ്രീ മഹാദേവന്റെ തിരുസന്നിധിയിൽ വെച്ച് ആ സമ്മാനം ഏറ്റു വാങ്ങിയ നിമിഷം തന്നെ അതിന്റെ ആർത്ഥിക ഭാഗം പൂർണ്ണമായി

സേവാഭാരതിക്കു സമർപ്പിച്ച ആദർശധീരത എത്ര വാഴ്ത്തിയാലും മതിയാവുന്നതല്ല. ലോകവും ഭാരതവും ദുരിത പർവ്വത്തിലൂടെ കടന്നുപോകുമ്പോൾ സാഹിത്യ വിദ്യകൊണ്ട് തനിക്കുകിട്ടിയ നേട്ടം നാടിന്റെ കണ്ണുനീരുതുടക്കുന്ന യഥാർത്ഥ കർമ്മധീരരുടെ കൈകളിലെത്തണമെന്നാഗ്രഹിച്ച സംഭവവും ചരിത്രത്തിന്റെ തിളക്കമുള്ള ഭാഗം തന്നെ. ഇങ്ങനെ 'ചിത്തത്തിൽ വാക്കും വാക്കിൽ ചിത്തവുമുറപ്പിച്ച' ഈ അനുഗ്രഹീത കവിയുടെ വാക്കുകളെ ധർമ്മവീരത്തിന്റെ മന്ദ്രതൂര്യം എന്ന് വിശേഷിപ്പിക്കാം. ദക്ഷിണാമ്നായപീഠത്തിന്റെ തുംഗതരംഗയായ ഈ സാഹിത്യ ഗംഗ അവിരാമമായി ഒഴുകട്ടെ!

പ്രിയദർശൻലാൽ

സ്വാതി, മലാപ്പറമ്പ്,

കോഴിക്കോട്-673009

മായാത്ത സിന്ദൂരം

ഭാരതീയരാജനീതിമണ്ഡലത്തിൽതിളങ്ങിയനക്ഷത്രമായിരുന്നു സുഷമസ്വരാജ്. സാർവ്വദേശീയ നയതന്ത്രത്തിൽ സമുന്നതവും ഉജ്ജ്വലവുമായസ്ഥാനം അലങ്കരിച്ച മഹതി. ഒരു മഹിത സംസ്കൃതിയുടെ സ്വാഭാവിക ആവിഷ്കാരമായ മാതൃബിംബം. ആരാധ്യമായ ആ ദീപ്ത സ്മരണയ്ക്കുമുന്നിൽ ആദരാഞ്ജലികളർപ്പിക്കുന്നു.

നിനച്ചില്ലഞാനാ മന്ദസ്മിതം
മായുമിത്രവേഗമെന്നൊരിക്കലും
ബ്രഹ്മതേജസ്സും ക്ഷാത്രവീര്യവും
സമഞ്ജസം സമന്വിതം മാതൃശിൽപ്പം
നാരികൾ പൂജിതമിടങ്ങൾ ദേവകൾ
രമിച്ചു നൃത്തമാടുംരംഗമണ്ഡപം
എത്രയീറനണിഞ്ഞ മിഴികൾ
തുടച്ചുവിടർത്തി പുഞ്ചിരീസുന്ദരം.
എത്ര സംഘർഷ ഭൂവിലകപ്പെട്ട സോദരരെ
രക്ഷിച്ചു, നീയൊരത്ഭുതശക്തിസ്വരൂപിണി
സാർത്ഥകംജീവിതമനശ്വരംകീർത്തിയും
അണയാത്ത ചൈതന്യ ജ്വാലയായി
ആത്മാവിലെന്നുംസൂര്യതേജസ്സായി
തെളിയുന്നുഹസിതവദനം സൗമ്യദീപ്തം.
അപ്രിയസത്യങ്ങളെ പ്രിയമായരുളി
നിർഭയമചഞ്ചലം മനോവൃത്തികൾ
ദുർഗ്ഗയായ്ലക്ഷ്മിയായ്സരസ്വതീദേവിയായ്
കാണുന്നു നീയീ നാടിന്റെപുണ്യംസോദരീ
രാജനീതിദേവവാണിയും നടനമാടിനാവിൽ
സഹസ്രാബ്ദാർജ്ജിതസംസ്കാരസഞ്ചിതജന്മമേ
ഭേദചിന്തയില്ലാത്ത സ്നേഹഗംഗാപ്രവാഹമേ.
സുസ്മിതവദനം, സിന്ദൂരമണിഞ്ഞ നെറ്റിയും
മായുകില്ലാമനസ്സിൽ,ദീർഘസുഷുപ്തിയുണരുമോ?
നമിക്കുന്നു ഞാൻ മഹിതസംസ്കാര പ്രതീകമേ.

അനന്ത ചൈതന്യദർശനം

രാമാ, പുരുഷോത്തമാ
ധർമ്മംഘനീഭൂതംവിഗ്രഹമായറിയുന്നു
മാറിമാറിവന്നുമറഞ്ഞ തലമുറകൾ
അതിലൊരുകണ്ണിയാമീഞാനുംദൃഢം.
നിന്നിൽ നിന്നുവേരറ്റ സന്തതി-
പരമ്പരകൾ പഠിച്ചത് വൃക്ഷംമറഞ്ഞ്
നീ അമ്പെയ്തു വീഴ്ത്തിയ പഴയ
ബാലിവധത്തിന്റെ ബാലപാഠങ്ങൾ
പത്നീപരിത്യാഗമെന്നുംതീരാക്കറയെന്ന്
കൊട്ടിപ്പാടുന്നു 'പുരോഗമന'ഗീതങ്ങൾ!
ശംബൂകനിഗ്രഹം മഹാപാപമെന്നും
അനുജാതജീവിതംതകർത്ത്
കാവലാളായ്കൂടെപ്പതിനാലുസംവത്സരം
ഊർമ്മിളയെ വിരഹഭൂമിയിൽതള്ളിയ
സ്വാർത്ഥഹിതകാമിയാമഗ്രജനെന്നും,
പരിണാമ ശ്രേണിയിൽ പിന്നിലുള്ള
മർക്കടവൃന്ദശ്രേഷ്ഠൻ വായുപുത്രനെ
എന്നുമൊരടിമയാക്കിയ ഉടമയെന്നും
സീതയെസ്പർശിക്കാത്ത 'മാന്യത'
രാവണകീർത്തി വർദ്ധകമെന്നും.
നരവംശ മൂല്യക്കുത്തകാവകാശം
സ്വയംശിരസ്സിലേറ്റിയോർ കൂവിപ്പായുന്നു.
അപശബ്ദമുഖരിതമന്തരീക്ഷത്തോടെ
ഭൂഗോളഭ്രമണത്തോടൊപ്പമെൻ ശിരോഭ്രമണം.
പുരുഷോത്തമാ, രാഘവാ, രാമാ,

നിന്നിൽ ഞാനിന്നുംദർശിക്കുന്നു മാതൃകാസുതനെ
സ്വാർത്ഥം,ജനഹിതാർത്ഥംവെടിഞ്ഞ രാജനെ
ആത്മസുഖങ്ങൾവെടിഞ്ഞ മേദിനീസുതാപതിയെ
അജയ്യൻ അധർമ്മിയഹങ്കാരി ധീരനെ
നിഗ്രഹിച്ചിട്ടും പരഭൂകാംക്ഷയില്ലാതെ
പിറന്ന നാടിനെ പെറ്റമ്മയായ് സ്വർഗ്ഗോപരിദർശിച്ച
ലക്ഷ്യസാക്ഷാത്കാരാന്ത്യംജീവനുപേക്ഷിച്ച
അഭൗമചൈതന്യത്തിൻ അനന്തതയെ.

യശ:ധ്വജം

ഐ.എസ്.ആർ.ഒ. ചെയർമാൻ ഡോ. ശിവന് സമർപ്പണം.സാന്ത്വന സ്പർശമേകിയ പ്രധാനമന്ത്രിയുടെ മാതൃകാപരമായ പ്രോത്സാഹന ത്തിനും.

മണ്ണിൽ പണിയെടുത്തന്നം
വളർത്തിയ കർഷകബാലൻ
വിണ്ണിലെഗോളങ്ങളെ
കിനാവുകണ്ടു പണ്ട്.
കഠിന യത്നങ്ങളെത്ര
ചെയ്തു വളർന്നുയരുവാൻ
പഠനകാലം പട്ടിണി
പീഡകൾ സഹിച്ചു.
പതറാത്ത ലക്ഷ്യമൊന്നേ
നയിച്ചുമുന്നോട്ടുതന്നെ.
പ്രപഞ്ചസത്യങ്ങൾ നിഗൂഢം,
അനാവൃതമാക്കുവാൻ
അനന്ത ശൂന്യതയെ പ്രണയിച്ചു
കാലചക്രഭ്രമണമവിരാമം.
സ്വപ്നങ്ങളേറെകണ്ടു നിത്യം
പറന്നുയരുമാസ്വപ്നങ്ങളെ
എത്തിപ്പിടിക്കാൻ കുതിച്ചു
അണയാത്ത ജിജ്ഞാസയും.
ഒടുവിലൊരു നിമിഷാർദ്ധത്തിൽ
പിഴവിന്റെ പിടിയിലമർന്നു.
ചരടുപൊട്ടിയ പട്ടമായി
ലക്ഷ്യമെവിടെയോതെന്നിമാറി

നിഷ്കളങ്ക ബാല്യസ്മരണയിൽ
വിതുമ്പിയതറിഞ്ഞുടൻ
മുന്നോട്ടു വന്നു, താങ്ങുവാൻ,
മാറോടണച്ചു നായകൻ.
ചൊരിഞ്ഞുസ്വാന്ത്വനപ്പെരുമഴ
പറഞ്ഞതു പൊളിവാക്കുമല്ലല്ലോ.
സോദരാമറക്കാം നമുക്ക്
വിജയസോപനമേറുമൊരു ദിനം.
ശതാതീതകോടിഹൃദയങ്ങൾ
തുടിക്കുന്നതേകതാളത്തിൽ
യജ്ഞഭൂവിൻഹോമകുണ്ഠത്തിൽ
കർമ്മചൈതന്യംഹവിസ്സായി
സമർപ്പിച്ചിടാം ഭക്ത്യാദരം
യശസ്സുയർന്നു പർജ്ജന്യമായി
രൂപാന്തരം നേടുന്നതും
കാത്തുശുഭകാമനയോടിരിപ്പൂ.
എൻ നെഞ്ചിൻ കൂടിനകം
പ്രതിഷ്ഠിക്കയാണങ്ങയെ
വീണ്ടുംകാത്തിരിക്കാം
വിജയക്കൊടിക്കൂറ പാറുവാൻ.
എത്തിപ്പിടിക്കാൻ
ആവാത്തതെന്തുണ്ട് മാനവധിഷണയ്ക്ക്!

ഒരുകൂട്ടിലെ പറവകൾ

നരവംശചരിത്രക്കൂനകൾ മാന്തീ
നരമൂടിയൊരെൻ ചിന്തകൾ.
കാലമേറെ 'ക്കാലം ചെയ്തിട്ടും'
കഥപഴയതു പുനരാവർത്തനമല്ലോ!
മണ്ണുവെട്ടിപ്പിടിക്കാൻ
തമ്മിലടിച്ചു മരിച്ചെത്ര നരജന്മങ്ങൾ
വാളുംതീയുംമലനിരകൾക്കിടയിലെ
സഞ്ചാരപഥങ്ങളിലുയർന്ന കുളമ്പടിതാളം.
കരകയ്യേറി, അധികാരക്കൊടിനാട്ടാൻ
കടലുകടന്നെത്തി പടവെട്ടിയ പരദേശികൾ
അതിരുകളില്ലാതാവുംകാലംലോകം
ശാസ്ത്രം സാങ്കേതികശാസ്ത്രം കാണുമ്പോഴും.
അതിരില്ലാത്താകാശത്തിനും
അതിരിട്ടൂശത്രുതകതിരിട്ട മനസ്സിൽ
കൂർത്ത ഇരുമ്പുമുള്ളു വേലിക്കപ്പുറമിപ്പുറം
തളിരിടുംസ്നേഹലതകൾ പടരാനാവാതെ
ഭീകരതയുടെയെരിതീയിൽ
കരിഞ്ഞുമൃതിയെപ്പുണരുന്നു.
നരചരിതംമഹിയിൽവാൾമുനയാൽ
കോറിയകാലംമുതലുയരുന്നത് പകയുടെ ധൂമങ്ങൾ
മതബോധങ്ങൾ വെറിപൂണ്ട്
കെട്ടിപ്പൊക്കിയകോട്ടകളിൽ
തത്ത്വശാസ്ത്രത്തടവറയിൽ
വീണുമയങ്ങും മാനവികത മരിക്കുന്നു.

അടിവേരിളകുമ്പോൾ അറിയുന്നു ഞാൻ
ആവില്ലാർക്കുംചിന്തയ്ക്കൊരു തടവറതീർക്കാൻ.
ആകാശത്തിനന്തതയിൽ
ബഹുവർണ്ണ ചിറകുവിടർത്തിയമമചിന്തകൾ പാറുന്നു
എല്ലാവെറിയും പകയുമൊരുനാൾ
എരിഞ്ഞമർന്നും ചീഞ്ഞളിഞ്ഞും
ആകാശത്തിൽ ധൂമകണികകളായും
മണ്ണിൻ അടരുകളായും ഭൂതങ്ങളിൽവിലയം
തിരികെ പോവാനാവാത്തൊരു
സ്വപ്നതീരംതേടുംയാത്രയിലല്ലോ നാം.
മാനവരെല്ലാമൊരുകൂട്ടി*ലുറങ്ങും
പറവകളെന്നരുളുന്നു പിൻവിളികൾ.

---

*വിശ്വമേകനീഡം

ശ്രുതിതെറ്റിയരാഗം

കൃഷ്ണാ, നീയൂതിയമുളന്തണ്ടിൻ
ശ്രുതികേട്ടുകാതുകൂർപ്പിച്ചു നിന്ന
ഗോക്കളിന്നു ഭീതിദമിഴികളോടെയലയുന്നു.
അവയുടെ കർണ്ണങ്ങളിൽ പതിക്കുന്നതിന്ന്
ആസുരകാലത്തിൻ ഭ്രാന്താപശബ്ദങ്ങൾ
ഒടുവിൽ,തൂക്കമളന്നുതിട്ടപ്പെടുത്തി
സുഗന്ധവ്യഞ്ജനത്തോടെവെന്തു തീൻമേശകളിൽ.
നീയൂതിയമുളന്തണ്ടിൻ രാഗതരംഗങ്ങൾ
നൃത്തച്ചുവടുകളിലാവാഹിച്ച ഗോപികാവൃന്ദം
അനിയന്ത്രിത രതികേളികൾക്കായ്കൈമാറും
ശിൽപങ്ങളായി ഭ്രാന്തരാവുകളിലുടയുന്നു.
തോരാത്ത മിഴിനീരുറവകൾ പിറവിയെടുക്കുന്നു,
വറ്റിപ്പോയിവൃന്ദാവനത്തിലമൃത ധാരകൾ.
പൂമുഖങ്ങളിൽകരിന്തിരിയായി നെയ്യ് വിളക്കുകൾ
എങ്കിലുംകൃഷ്ണാ,നിൻ കൗശലങ്ങൾ
ഹീന മാർഗ്ഗങ്ങളിൽസ്വാർത്ഥഗോപുരങ്ങളായ്
ഉയരുമ്പോൾ, ജീവിതശ്രുതിമധുരമാമൊരു
മുരളീരവത്തിൻരാഗസുധക്കു കേഴുന്നു.

മരണപ്പൂക്കളുടെ നിറഭേദങ്ങൾ

മരണംകറുത്ത ദു:ഖസത്യമെന്ന്
ഓർമ്മവെച്ചനാൾമുതലറിഞ്ഞു.
തിരിച്ചുവരാത്ത തീർത്ഥയാത്രയെന്ന്
തിരിച്ചറിവുവന്ന നാൾമുതൽ
ദു:ഖക്കയത്തിന്നാഴംകൂടിയല്ലോ.
അപകട മൃത്യുവകാലമൃത്യുവും പിന്നെയുംകൂട്ടി
ജനനസത്യംമുതൽമരണസത്യംവരെ
പ്രയാണം ജീവിതമൊരിടവേളയെന്ന്
ശാക്യമുനിദർശനം മനസ്സിന്നഗാധതയിൽ.
മഹാലക്ഷ്യപ്രയാണമദ്ധ്യമരണങ്ങൾ
അനശ്വരതയിലേക്കുയർത്തുമെന്നും
ബലിദാനികൾ, രക്തസാക്ഷികൾ
പിറക്കുന്നുചിരഞ്ജീവികളാവുന്നു.
രാജ്യാതിർത്തികളിൽമരണം
കേവലംസംഖ്യകളാണെന്നറിയുന്നു.
ഇന്ന്,മരണദു:ഖങ്ങളുടെ
സങ്കൽപ്പ വ്യതിയാനങ്ങൾ
എന്നെ വല്ലാതെ ഭയപ്പെടുത്തുന്നു.
മരണത്തിന്സാർവ്വലൗകികവികാരം
ഏകമത്ദു:ഖമെന്നയെന്റെബോധ്യം
കാലഹരണപ്പെട്ടുവോ, ഇളകുന്നശിലയായോ
മരണപ്പൂക്കൾക്ക് മതനിറഭേദമുണ്ടോ?

മുന്നറിയിപ്പ്

ഭൂതങ്ങളഞ്ചിലും
നഞ്ചു കലർന്നു പോയോ
ഇതുവഴിയിൽകാത്തിരിക്കും
വിപത്തിൻ മുന്നറിയിപ്പ്
ഹസ്തിനപുരിയിലിന്ന്
പ്രാണവായുതന്മാത്രകൾക്ക്
മാത്ര ദൈർഘ്യാനുസൃതം
മൂല്യമിട്ടുവിൽക്കുന്ന വാർത്ത
പുതുമയുള്ളതല്ലെനിക്ക്
കുപ്പിയിൽ നിറച്ച നീരിന്
വിലയിട്ടുവിറ്റുശീലിച്ചതല്ലേ!
മണ്ണിനെന്നോവിലയിട്ടു നാം
ആകാശത്തിനും വിലയിട്ടുവല്ലോ
ഇനിയഗ്നിക്കുംവിലയിടുംകാലം
അന്ത്യേഷ്ടിക്കഗ്നിക്കുദാഹിക്കും
കാലം,വിദൂരമല്ലെന്നറിയുന്നു.
വരുംകാലവിപത്തിനെ
കാത്തുകാത്തുശ്വസിച്ചുചാവട്ടെ

സിദ്ധി

നല്ലത് പടിഞ്ഞാറുനിന്നും,
തിയ്യതെല്ലാംവടക്കുനിന്നും
വരുമെന്നൊരന്ധവിശ്വാസം
ചെങ്കണ്ണടയിലൂടെയെൻ
ലോകദർശനം നേടിയ
സിദ്ധിയാണെന്നറിയുന്നു.
കണ്ണട മാറ്റിയെൻ പൈതൃകം
തെക്കോട്ടുവീശുംകാറ്റിനെ തടഞ്ഞ്
എൻ ശിരസ്സുയർത്തിക്കിഴക്കോട്ട്
തിരിഞ്ഞു നടക്കുമ്പോൾ
ശ്വാന ഗർജ്ജനം കേട്ടു നിൽക്കുമോ
സാർത്ഥവാഹകസംഘയാത്ര.

പ്രണയം കലഹം വിരഹം

ഭൂതങ്ങളാണാധാരം
ചരാചരസൃഷ്ടികൾക്കെല്ലാം
ചിലനേരങ്ങളിൽ'രാധയുംകൃഷ്ണനും'
പ്രണയിച്ചൊന്നായ്ലയിക്കും
ചിലപ്പോഴവർകലഹിക്കും
പിരിഞ്ഞുപോവും പിണങ്ങി
ആരാണിതിൻ നിയന്താവ്
ഏതോചൈതന്യമെന്ന്
മനസ്സും മനീഷയുംചൊല്ലുന്നു
കേവലംശാസ്ത്രതത്ത്വപ്രകാശം
മാത്രമെന്നോതുന്നുനാസ്തികർ,
ഉണ്മയിൽ നിന്നേയുണ്മയുണരൂ
ഉണ്മയ്ക്കാവില്ലശ്യൂന്യമാവാൻ
എല്ലാം പ്രപഞ്ചലീലയല്ലോ!
പൂന്താന ദീപപ്രഭയിൽമുങ്ങി
കാലിച്ചെറുക്കൻ1 നയിക്കുന്നുമുന്നോട്ട്
പ്രണയകലഹവിരഹങ്ങൾ
തുടരുന്നു ചാക്രികപ്രക്രിയ.

---

1) ഗോപാലൻ - കൃഷ്ണൻ

സങ്കോചവികാസങ്ങൾ

എന്റെശ്യൂന്യമസ്തിഷ്ക്കത്തിലറിവുറവ
കിനിഞ്ഞ നാൾമുതൽ
മർത്ത്യജീവിതവികാസ പരിണാമ ഗാഥകൾ
കേട്ടുവളർന്നുവെൻ ലോകമേറെവികസിച്ചു.
ജീവന്റെസ്പന്ദനതാളമെൻ ഹൃദയപേശികൾ തൻ
നിലയ്ക്കാത്ത സങ്കോചവികാസങ്ങളല്ലോ!
അനന്തശ്യൂന്യതയെ പുണരുവാൻ
മനസ്സെന്നും വികാസംതുടർന്നെങ്കിലും
സീമാതീത പ്രപഞ്ചമെൻ പിടിയിലൊതുങ്ങാതെന്നും
വികസിച്ചു, കാലചക്രമോ പിടിതരാതെകറക്കംതുടർന്നു.
സീമാതീതമാപ്രതിഭാസസീമകൾ കണ്ടെത്തുവാൻ
ഗണിത ക്രിയകളിൽമുഴുകിയ പൂർവ്വികർ കാലഗതി പുണർന്നു
മാത്രകൾ, വിനാഴിക നാഴികകൾ പെരുകി
ദിനരാത്രങ്ങൾ ആഴ്ചകൾ,പാക്ഷികങ്ങൾ,മാസങ്ങൾ
സംവത്സരങ്ങൾ പിന്നെയുംവളർന്ന്ദശാബ്ദങ്ങളും
വ്യാഴവട്ടങ്ങളുംശതാബ്ദങ്ങളും സഹസ്രാബ്ദങ്ങൾ
മന്വന്തരങ്ങൾ യുഗങ്ങളുംചാക്രികഭ്രമണംതുടർന്നു.
മർത്ത്യരോ ശിവലിംഗത്തിൻ മേലുംകീഴും
കാണാനലഞ്ഞ ബ്രഹ്മാവിഷ്ണുക്കളായി.
സാന്ദ്രദ്രവ്യമായുറഞ്ഞ ഭൂമിതൻ വിശാലതയ്ക്ക്
മലകളും പുഴകളുംസാഗരതീരങ്ങളുമതിരിട്ടു.
അതിരുകളുയരാൻ തുടങ്ങിയ നാൾമുതൽ
മനസ്സിൻസങ്കോചവേഗവുംകൂടിവന്നു.
വെട്ടിപ്പിടിച്ചതിരിട്ടു ഞാൻ ഭൂമിക്കാവുന്നത്രയും
അതിരിട്ടകാലംമുതലതിരുമാന്തുന്ന യജ്ഞവുംതുടങ്ങി.

തീരാത്ത തർക്കങ്ങൾക്കുവഴിമരുന്നായതിൻ പരിണാമവും
എത്ര ജീവിതങ്ങളാഹൂതിചെയ്തുവീയജ്ഞശാലയിൽ
മരണയന്ത്രങ്ങളെത്രയോ പിറന്നു പിന്നെ-
നാൾക്കുനാൾസങ്കോചിക്കുവാനെൻ മനം വെമ്പി.
എന്റെയാവണമെല്ലാമെന്ന്ചിന്തയുംസങ്കോചിച്ചുപോയി.
അറിവിൻ ചക്രവാളംസീമാതീതമായ്‌വികസിക്കുമ്പോഴും
എൻ മനം മാത്രംസങ്കോചിക്കുന്നതെന്തെന്നറിവീലല്ലോ!

നീതിയുടെ നിഴൽ

അങ്ങുവടക്കുകുരുക്ഷേത്രത്തിൽ
ദ്വാപരയുഗസന്ധ്യയിലൊരുരാജപരമ്പര
ഇരുചേരികളായി നിരന്നടരാടിയ
ഭൂതസ്മൃതികൾഅഴുകിയഹരിയാനയിലെ
മണ്ണുംജലമാകാശവുമിന്നെന്റെ മനസ്സിൽ
ചിലചിന്തകൾ നുരയായ് പൊന്തുന്നു.
കാലാതീത പ്രസക്തമതാവാം,ഒരുവേള ഭ്രാന്തമതാവാം
ചോരതുടിക്കുംദൃഢപേശികൾ, ചട്ടയണിഞ്ഞവിരിമാറും
ഏകാഗ്രം നിർഭീകമനം,കത്തുംകണ്ണുകൾ,ചടുലംകരചരണങ്ങൾ
സർവ്വശസ്ത്രാസ്ത്ര പ്രയോഗ നിപുണതയും
കൈമുതലായ യുവധീരന്മാരുടെ രണഭേരിമുഴക്കം.
വീര്യംവീര്യവുമായേറ്റ ചതുർദിനാധികപാക്ഷ്യം.
ഒഴുകിയചോരച്ചാലുകൾ ചേർന്നുരുവപ്പെട്ട
സമന്തപഞ്ചകമെന്നോവറ്റിപ്പോയി.
ചിന്നിച്ചിതറികിരീടങ്ങൾ,ചതുരംഗപ്പടയും
വിജയിച്ചോരുടെ കഥയല്ലോഎന്നുംഇതിഹാസം!
തോറ്റവർ,വീണവർഇടമില്ലാതലയുന്നു
ഇതിഹാസത്തിൻ ഇടനാഴികളിലവരങ്ങനെ
ഗതികിട്ടാപ്രേതങ്ങൾ പോലെ
ഇടനാഴികളിലെഇരുളിൽപരതിയ മമചിന്തകളെ
തട്ടിയുണർത്തി പരിചിതമേതോ നീതിസാര ധ്വനികൾ
ആരാണുരിയാടുവതെന്നറിയാൻ ധിഷണയിലെ
വിളക്കുകൊളുത്തിയ നേരംകണ്ടൂ യുവകോമളധീരമഹാരഥനെ
സ്മൃതിപഥത്തിലുയർന്നൂ,കൗരവസഭയിൽ
മഹാരാജസന്നിധിയിൽ മാനം കാക്കാൻ നീതിക്കായൊരുനാരി

കേണുകരയുന്നേരം,അന്ധനുമന്ധതവാരിയെടുത്തോരും
ധീരൻമാർ ധീമാന്മാർ,മൗനത്തിൻമാളങ്ങളിലഭയംതേടി
അവളുടെചോദ്യശരങ്ങൾ തറച്ച്മുറിവേറ്റ് മന:സാക്ഷിപിടയുന്നേരം
നീതിച്ചൂട്ടുംകത്തിച്ചെത്തീ ഒരു ധീരൻ-
ധൃതരാഷ്ട്രസുതൻമാരിൽ കീർത്തിയിൽശക്തിയിൽ മൂന്നാമൻ,
രാജസഭയിലുയർത്തിയസത്യബോധം
ധാർമ്മികതയുടെ നിലപാടുതറയിൽകാലുറപ്പിച്ചോൻ
തലമുറയേറെതലയിൽകൊണ്ടുനടക്കേണ്ടുന്ന
പാപത്തിൻ ഭാണ്ഡം പേറാൻ മടിയുണ്ടായിട്ടും
അനീതി പക്ഷത്തടരാടിയൊടുങ്ങാൻ
ദുർവ്വിധിയുടെ ധൃതരാഷ്ട്രാലിംഗനത്തിലമർന്നൂ,വീരൻ,വികർണ്ണൻ.
കർമ്മാകർമ്മ സംഘർഷങ്ങളിൽ ഇടറാതെ പൊരുതിയൊടുങ്ങി
കഥയിതു പഴകി,രാജാക്കൻമാർ തീപ്പെട്ടു.
ഒരുരാജാവിൻ ശാസനയില്ലിന്ന്
പലരാജാക്കൻമാർ സുൽത്താൻമാർ ചെറുതുംവലുതും
അവരുടെശിങ്കിടികൾനിരവധിയല്ലോ!
അനീതി പൊതുവിടങ്ങളിൽ,സഭാഗൃഹങ്ങളുടെ-
യിടനാഴികളിലകത്തളങ്ങളിൽ,തിമിർത്താടിരസിക്കുമ്പോൾ
നീതികൾ കീഴ്മേൽ മറിയുമ്പോൾ
നീതിക്കായി നാരികളലമുറയിട്ടുകരയുമ്പോൾ
കേൾക്കാനാരുണ്ടിവിടെ?
നേർത്തുനേർത്ത് നിശബ്ദതയിലലിയുന്നൂ,പെണ്ണിൻ നിലവിളികൾ
അവളുടെചിറ്റാടചീന്തി, മാനം പ്രാണൻ നഷ്ടമാവുമ്പോൾ
അവളുടെമിഴിനീരുതുടച്ച്,സാന്ത്വനസ്പർശമേകാൻ
ധർമ്മ നീതികളുടെകൊടിയേറ്റത്തിന്
നിന്നെയുംകാത്തിരിപ്പാണു ഞാൻ യുഗങ്ങൾക്കിപ്പുറം.
വികർണ്ണാ,മഹാരഥാ നീ വരൂ, നീതിവാക്യങ്ങൾ വീണ്ടുമുണർത്താൻ
തടയാനായില്ലേലും, അനീതിക്കെതിരെഉയരുംനാവിൻ,
ശക്തിയപാരമല്ലേ!

അന്നചിന്തകൾ

അന്നം ബ്രഹ്മമെന്നും,
അന്നത്തിൽ നിന്നുണരുന്നുജീവനെന്നും,
അന്നത്താൽവൃദ്ധിതേടുന്നുവെന്നും
അരുണസാക്ഷ്യമുണർത്തിയമണ്ണിൽ
അന്നമുണ്ടാക്കാൻ വിയർപ്പൊഴുക്കിയോർ
അന്യവൽക്കരിക്കപ്പെടുന്ന കാലം
സത്യംജയിക്കുമെന്നുപനിഷദ്വാക്യം
കുഴിച്ചുമൂടിയസത്യം നട്ടുനനയ്ക്കുന്നമണ്ണ്
ഇവിടെസത്യപ്രകാശംതേടുന്നു ഞാൻ
ഒന്നാണു പൊരുളതിലില്ല സന്ദേഹമെന്നും
അതു താൻതന്നെയെന്നറിഞ്ഞവൻ
പിറന്നതീമണ്ണിലാസേതുശൈലം
ആ മഹാസത്യമുരുവിട്ടു നടന്നതും
മറക്കാനാവുമോ പന്തിരുകുലമേക-
മാതൃത്വത്തിലമർന്നൊരീയജ്ഞഭൂമിക്ക്
നടനകലകളരങ്ങുവാണ നാടിതിൽ
നടനമാടുന്നതാസുരനടനങ്ങളല്ലോ!
അന്നചിന്തയിലാത്മഹത്യയെപുണരുന്നനാട്
പ്രതിരോധത്തിനായോധനക്കളരികളില്ലല്ലോ!
ആസന്നമൃതിയെ വരവേൽക്കാൻകാത്തിരിക്കുന്നു

ആൽമരം പഠിപ്പിക്കുന്നത്

കുന്നിന്നുച്ചിയിലൊരമ്പലമതിലൊരു ദേവി
സഹസ്രബാഹുക്കളുയർത്തിവാതശീതതാപമേറ്റ്
ദേവാങ്കണത്തിൽവിശ്വശാന്തി തപസ്സിലാണാൽമരം
ആമൂലാഗ്രം ബ്രഹ്മവിഷ്ണുമഹേശ്വരരൂപിയായ്
നില്ക്കുമീവൃക്ഷരാജചൈതന്യമെന്നിൽ നിറയുന്നു.
ഏറെയോടിക്കളിച്ചതാണെൻബാല്യമീഛായയിൽ
ഏൻ ജീവിത പാഠശാലയിലെഗുരുനാഥനീയാൽമരം
ആഴത്തിലാണ്ടുപോയവേരുകളെൻ സംസ്കാര-
നൈരന്തര്യത്തിൻചിരന്തന മൂല്യക്കരുത്തല്ലോ.
വായുവിൻ മന്ദചലനത്തിലുമിളകിയാടുന്നിലകളസഖ്യം
ബഹിർഗ്ഗമിക്കും പ്രാണവായുതന്മാത്രകളെത്രയോ-
ജീവദായകങ്ങളവയുണർത്തും മർമ്മരങ്ങൾ
പ്രണവധ്വനിശലഭങ്ങളായി പാറുന്നുവാനിൽ
ജീവസ്പന്ദനതാളമീ പ്രപഞ്ചതാളലയനത്തിലല്ലേ
സ്വപുത്രന്റെ ഗുരുകുലാദ്ധ്യയനപൂർണ്ണതയളന്ന്
മുനി പരീക്ഷയിൽ1സ്ഥൂലത്തിൽസൂക്ഷ്മത്തെ ദർശിക്കാൻ
പഠിപ്പിച്ചതുമീവൃക്ഷബീജഛേദമെന്നറിയുന്നു.
ആൽമരമെൻസംസ്കാര മാനബിന്ദുക്കളുണർത്തുംഗുരുവല്ലോ!

---

1) ഉദ്ദാലകൻ മുനി ഗുരുകുലവിദ്യാഭ്യാസം
എത്രമാത്രം പൂർണ്ണമെന്നറിയാൻ മകനോട്
ആൽമരത്തിന്റെവിത്തുമുറിച്ച്അതിനുള്ളിൽ
ആൽമരംകാണുന്നുണ്ടോ എന്നുതിരക്കിയ കഥ സൂചന.

മരണമണി മുഴങ്ങുന്നു

മഹാരാഷ്ട്രയിലെ പാൽഘറിൽ രണ്ടു കാഷായധാരികളെയും,അവർ സഞ്ചരിച്ച വാഹനത്തിന്റെ ഡ്രൈവറെയും അടിച്ചു കൊലപ്പെടുത്തിയ ആൾക്കൂട്ടവും, അതിന് കൂട്ടുനിന്ന പോലീസുകാരും മാനവികതക്കുനേരെ വലിയ ചോദ്യചിഹ്നമാണുയർത്തുന്നത്.

ഉറുമ്പിനെയും നോവിക്കാത്തവർ
ഉണ്മയെത്തേടി നന്മതൻ വഴിയിലൂടെ
അകക്കണ്ണിൻ നെയ്ത്തിരി വെട്ടത്തിൽ
വിശ്വനന്മയ്ക്കു ശാന്തിക്കുയോഗദണ്ഡു പ്രതീകം
ശുദ്ധതേജസ്സുകൾ,കാവിധാരികൾ
ഒരു രാവിലവർരണ്ടുപേരെയും,
തൊഴിലെടുത്തന്നം ഭുജിക്കും തരുണ സാരഥിയേയും
പേപ്പട്ടിയെപ്പോൽ തല്ലിക്കൊന്നുപോൽ!
ആരിവർക്കു വിധിച്ചു മരണശിക്ഷ?
ചെയ്തകുറ്റമെന്തെന്നറിവീലിന്നുമാർക്കും
ആരുമില്ലിവരുടെ മനുഷ്യാവകാശങ്ങളുയർത്താൻ
ഉയർന്നതില്ലൊരുനീതിമാന്റെ ശബ്ദമിതെന്തത്ഭുതം!
മാനവമൂല്യക്കുത്തകക്കാരുറക്കമാണോ?
സകലജൈവാജൈവശാന്തിക്കായി
സർവ്വം ത്യജിച്ചവർ പ്രാണനകലുമ്പോഴും
മിണ്ടിയില്ലൊന്നും,വേദന കടിച്ചുതിന്നവർ
മരണത്തെപ്പുൽകുമ്പോൾ രാവേറെയായിരുന്നു.
ചെങ്കോലേന്തിയനീതികണ്ണടച്ചതെന്തേ?
ഏതോ വിപത്തിൻ വരവിന്നാരവമുയരുന്നു
നിലച്ചുപോയോ മാനവികതയുടെ ശ്വാസഗതി?

ജന്മാന്തരങ്ങൾ

ഗർഭിണിയായ ആനയെ ഭക്ഷണത്തിൽ സ്ഫോടകവസ്തുവൊളിപ്പിച്ചുവെച്ച് പരിക്കേൽപ്പിച്ച് ഇഞ്ചിഞ്ചായി അനിവാര്യ മരണത്തിലേക്ക് തള്ളിവിട്ട മനുഷ്യന്റെ ക്രൂരതയ്ക്ക് അന്ത്യം കുറിക്കേണ്ടതാണ്.

ആനയെന്ന ജീവിയെ
അടുത്തുകണ്ടു വളർന്നു ഞാൻ
അതിന്റെ ചന്തവും മന്ദചലനവും
കൗതുകമത്ഭുതമതിൻ പുറത്തേറ്റിയ
ദേവക്കോലം നെറ്റിപ്പട്ടവും
മിഴികൾക്കേകിയ സുന്ദരദൃശ്യം
കുഞ്ഞുനാളിലാനക്കഥകളേറെക്കേട്ടു
ആനപ്പുറത്തേറിയാൽ വേലി-
പൊളിക്കാനുള്ളഹങ്കാരവും കേട്ടറിഞ്ഞു.
ആനയില്ലാതൊരുത്സവം കാവിലുണ്ടോ?
താളാത്മകമാണാ ചെവിയാട്ടം.
ആനവാൽമോതിരമാധ്യത്വപ്രതീകം
ആനക്കൊമ്പിൻ ശില്പങ്ങളമൂല്യങ്ങൾ
സഹ്യന്റെ മകനെന്നിവനെ വിളിച്ചൂ
കവികൾ സർഗ്ഗസൃഷ്ടിക്കുവിഷയമായി.
ആനയമ്മക്ക് വിശന്ന നാളിൽ
തിന്നാവുന്നവതിന്നുന്ന കൂട്ടത്തിൽ
ചതിപതിയിരുന്നതറിഞ്ഞില്ല പാവം
ആരോവെച്ചൊരു സ്ഫോടകദ്രവ്യം
പൊട്ടിച്ചിതറിയനേരം തൻ വദനം
തകർന്നുപോയിയാപാവത്തിനറിയുമോ
ഏതോകൃഷീവലന്റെയദ്ധ്വാനമോഷണം

കുറ്റമെന്നും, സ്വത്തിന്റെയുടമാവകാശവും.
വേദനയസഹ്യം പലനാളലഞ്ഞു പിന്നെ
ആശ്വാസത്തിനുതൻമുഖമാറ്റിലെനീരിൽ താഴ്ത്തി
ഒന്നുമേഭുജിക്കാനാവാതെ പട്ടിണിയാൽ
ദീനമതിൻപ്രാണനോ പറന്നകന്നു
മൃഗശുശ്രൂഷകരറിഞ്ഞു പാവം ഗർഭിണിയെന്ന്
എത്ര ജന്മം വേണമീപാപ പരിഹാരത്തിന്?
എന്തുകൊണ്ടു നമ്മളിത്ര ക്രൂരചിത്തരായിടുന്നു?
തലകളിൽ സ്വാർത്ഥചിന്തകൾ നിറയുന്നതെന്തേ?
'ഈച്ച ചത്തു പൂച്ചയായി' പിറക്കുമെങ്കിൽ
അജംചത്തുഗജമായി പിറക്കുമെങ്കിൽ
നരജന്മാന്തരം കരിജന്മമില്ലെന്നാരുകണ്ടു?

കൊലയുമാത്മഹത്യയും

ജോർജ്ഫ്ളോയ്ഡ് എന്ന അമേരിക്കൻ കറുത്ത വർഗ്ഗക്കാരനെ വെള്ളക്കാരനായ അമേരിക്കൻ പോലീസുകാരൻ കാൽമുട്ടമർത്തിക്കൊന്ന ക്രൂരത മാനവികതയ്ക്കു അപമാനം.

ആരെൻ ശ്വാസനാളം കാൽമുട്ടിനാൽ
ഞെരിക്കുന്നെൻ പ്രാണവായു തടയുന്നൂ?
കൃഷ്ണനായ് പിറന്നതു കുറ്റമാണോ
ശ്വേത നീതിക്കു നിറം നിബിഢാന്ധകാരക്കറുപ്പോ?
നിറമേതു നല്ലതു മോശമേതെന്നാരു കല്പിച്ചു?
കൃഷ്ണനധമനെന്നൊരധമചിന്ത നിൻ
മനസ്സിന്നൂഷരഭൂവിൽ നട്ടു നനച്ചതാര്?
വർണ്ണം നിദാനമല്ല മികവിനെന്നറിയണം
മാനവമഹത്വമാനബിന്ദുവുമല്ലതെന്നറിയണം
ജീവിതത്തിൻ നിഗൂഢതത്ത്വങ്ങൾ പ്രപഞ്ചനീതികൾ
കർമ്മയോഗമർമ്മങ്ങളും മനുകുലത്തിനരുളിയോൻ
ഒരു മഹാസംഗ്രാമ ഗതി വിഗതികൾ
തൻ ധിഷണയാൽ നിയന്ത്രിച്ചവൻ കൃഷ്ണൻ
അവനെ ദേവനായ് കാണ്മൂഞാനിന്നും
ഭീതിയിൽ മുഴുങ്ങുന്നെൻ കാതിൽ രോദനം
ദീനമാം ഞെരക്കമണയുന്നു,കുനിയുന്നു,ശിരസ്സും
ഉടലാർന്ന ക്രൂരതയാടിത്തിമിർക്കുന്നു
നാഗരിക ഗിരിശൃംഗത്തിൽ മാനവികതയുടെ
മരണമണിമുഴങ്ങും ധ്വനിയുയരുന്നുവോ?
അരുതരുതു കൊല്ലരുതെൻ കണ്ണനെ
അവനിൽ നിറയുന്നതെൻ ചൈതന്യം,നിന്റെയും

അതു നാശമില്ലാത്ത സത്തയല്ലോ!
നമ്മിൽ നിറയുന്ന സത്തയൊന്നുതാനല്ലേ?
കൊലയുമാത്മഹത്യയും ഓർത്തുനോക്കിലൊന്നുതാൻ[1]
നീതി രണ്ടിനും വിധിക്കുന്നു ശിക്ഷയും[2]

---

1. മറ്റൊരാളുടെ ജീവനെടുക്കുന്നതും സ്വയം മരിക്കുന്നതും ആത്മതലത്തിൽ പരസ്പരം ബന്ധിതം

2. കൊലപാതകവും ആത്മഹത്യയും ശിക്ഷാനിയമങ്ങളനുസരിച്ച് കുറ്റകരമാണ്.

സൗന്ദര്യ ലഹരി

അതിരുകളില്ലാത്ത പ്രപഞ്ചം
അനന്ത ജ്ഞാതാജ്ഞാത
ശക്തികൾ പല ദിശകളിൽ
കാണാചരടുകൾ തീർക്കും സന്തുലനം
ചലനാത്മകമതിനില്ലേ താളം, ലയതാളം
സാന്ദ്രീകൃതമൂർജ്ജംദ്രവ്യം,ഭൂഗോളം
ജീവൽസ്പന്ദനമണുവായുദയം ചെയ്തു
ഭൂതകാലത്തെന്നെന്നാരറിവൂ
എങ്കിലുമെത്ര പരികല്പനകൾ പിറന്നൂ.
പരിണാമത്തിൻ നാൾ വഴികളിൽ
ഒരു നാളിവിടെ മാനവനുണ്ടായി
അവനിലെ ചൈതന്യം ചിന്തകൾ തൻ
ആഴങ്ങളിലൂടേറെയലഞ്ഞൂ.
അനന്ത ശൂന്യാകാശത്തിനപാരതപരതി
പ്രപഞ്ചനിഗൂഢത മണിമുത്തുകൾ
ഒന്നൊന്നായി പലതും നേടിയെടുത്തു
എല്ലാം തൻ പിടിയിലമർന്നെന്ന
വമ്പു പറഞ്ഞു പുളച്ചു നടന്നൂ
സ്വാർത്ഥതയുടെ കടന്നൽ കൂടു വളർന്നു.
അവന്റെ തേരോട്ടത്തിലമർന്നൂജീവികൾ
എല്ലാം നിജ സുഖപൂർത്തിക്കെന്നുനിനച്ചു.
ധിഷണയിലേറെക്കാതംമുന്നോട്ടോടിയ
അവനാ യാത്രയിൽ കളഞ്ഞുപോയി
തൻ പ്രാണനുമപരപ്രാണനും
ഒന്നെന്നപ്രോജ്ജ്വല മണിമുത്ത്

കൊന്നും തിന്നും,വെറുതെക്കൊന്നും
'ആർമാദിക്കേ'ക്കേട്ടില്ലല്ലോ
ശാന്തിമന്ത്ര തരംഗധ്വനികൾ
സ്വാർത്ഥവിത്തുമുളച്ചുവളർന്നൂ-
വെറുപ്പിൻവിഷവൃക്ഷത്തണലിൽ സംഹാരനൃത്തം
അണുവിലെയൂർജ്ജം പുറത്തുചാടിയ നേരം
ശേഷിയളക്കാനാവാതെയെരിഞ്ഞമർന്നൂകോടികൾ.
വായുവിലാകെ വിഷമോസോൺപാളിക്കും തുളവീണു
സർവ്വശാന്തി തേടിയ പൂർവ്വികർ ആവർത്തിച്ചൂ
പലകുറി,പ്രണവം ചേർത്തൊരു മന്ത്രം.
'അരുതു കാട്ടാളാ,കൊല്ലരുതു കിളിയേ'
കേട്ടില്ലാരും വിലക്കിൻ വാക്കുകൾ
പായുന്നിന്നു രക്ഷാമാർഗ്ഗമേതെന്നറിയാതെ
ഞൊടിയിടയിലമരുന്നുജീവിതങ്ങൾ കിനാക്കളും
കേവലമൊരണുവിൻ സംഹാരചലന നൃത്തം
അറിയുന്നീലീ ജീവാജീവ മദ്ധ്യസ്ഥിതൻ[1]
സർവ്വ നാശതാളം മുറുകുന്നോ,താളഭംഗമാവുന്നോ?
സാക്ഷിഞാനറിയുന്നു,താമരയിലയിലെ
ജലകണികയുടെ സൗന്ദര്യലഹരി[2]

---

1. കൊറോണാ വൈറസ്
2. നളിനീദളജലമതിതരളം- ശങ്കരാചാര്യർ

പിൻകുത്ത്

ഇതിഹാസത്തിൻ നാൾവഴിയിൽ
എന്നും കണ്ടുവരുന്നൊരു പ്രതിഭാസം
ഹിമവാനപ്പുറമൊരുവ്യാളി
ചിരിച്ചിഴഞ്ഞനാളിൽ ഓർത്തില്ല-
പിൻകുത്തിനു തക്കംപാർത്തിരിപ്പെന്ന്
വ്യാളിക്കുത്തേറ്റു മുറിഞ്ഞുപിടഞ്ഞനേരം
അകത്തുനിന്നും പിൻകുത്ത്.
ചെങ്കുത്തേറ്റകാലപ്പുഴപിന്നെയുമൊഴുകി
മഞ്ഞുപാളിക്കിടയിലൊളിഞ്ഞിരുന്ന വ്യാളി
പിന്നെയുമൊരു പിൻകുത്തേകി
തിരിഞ്ഞുകുത്തിചുണക്കുട്ടികളന്നേരം
പ്രാണൻ പലരും അമ്മക്കർപ്പിച്ചുബലിയായി.
അകത്തുനിന്ന് പിന്നെയുമുയരുന്നൂ
പിൻകുത്ത്,ചെങ്കുത്ത്,വീര്യം പോയെന്നാലും
ജനിതക മാറ്റം വന്നില്ലിതുവരെയും
'ശുനകവാലുനിവർത്താനാവില്ലൊരു കുഴലിനുമത്രേ'

രാമേശ്വരം വിളിക്കുന്നു

1

സാഗര തീർത്ഥമലകളാൽ
സദാകഴുകുന്നമ്മതൻ പാദങ്ങൾ
സർവ്വപാപഭാണ്ഡച്ചുമടുകൾക്ക്
അത്താണിയല്ലോ രാമേശ്വരം!
കാലാർജ്ജിത ജന്മകർമ്മപാപങ്ങൾ
കെട്ടഴിച്ചൊഴിക്കുവാനൊരു ദിനം
കാതങ്ങൾതാണ്ടിയെത്തിഞാൻ.
പുണ്യം നിറയുന്ന കൂപങ്ങൾ
വറ്റാത്ത ശുദ്ധതീർത്ഥജല-
സ്രോതസ്സുകൾ ശിരോധാരയേകുന്നു.
അവയിലൂറുന്നതെത്രയോ
ജന്മാന്തര പാപഹാരക തീർത്ഥം,
തുറന്നു വെച്ചു ഞാൻ മനസ്സിൻ
വാതായനങ്ങളവയിലൂടെത്തുന്നു
അശരീരികളെൻ പൂർവ്വികരാവാം,
ഉണ്ണീ, പഠിക്കുക നീയീ പുണ്യഭൂവിൻ
സുകൃതദായക ചിരന്തനപാഠശാലയിൽ
സ്വാർത്ഥങ്ങളെ ത്യജിക്കുവാനുള്ള പാഠങ്ങൾ.
അഴിക്കാവതല്ല പരമ്പരാബന്ധനം

2

ത്രേതായുഗ ധർമ്മവിഗ്രഹം രാമൻ
ഒരു പാപിയപഹരിച്ചതൻ
പത്നിയെത്തേടും യാത്രയിലിവിടെ വന്നു

കർമ്മ പഥങ്ങൾ പലതു കടന്ന് സാനുജം
ദുഷ്ടനിഗ്രഹലക്ഷ്യപൂർത്തിക്കായി
ഉടഞ്ഞമൂല്യത്തരികളെയീ-
ക്കടൽത്തീരത്തു വീണ്ടെടുത്തു
ഉരുവപ്പെടുത്തിയമൃൺമയലിംഗം
പ്രിതിഷ്ഠിച്ചതാവാം രാഘവൻ ദാശരഥി.
കരയുന്ന കടലലയടിക്കുന്നു
ദ്വീപിനുചുറ്റുമവിരാമമിന്നും
അശാന്തമാത്മാക്കൾ കരയുന്നതാവാം.
കർമ്മബന്ധങ്ങൾ കെട്ടഴിച്ചേറ്റുവാങ്ങും
കടലിന്റെ ഗദ്ഗദമലിഞ്ഞ കാറ്റുവീശുന്നു.

3

ആദിയിലഴിഞ്ഞാഴിയിൽ വീണ
കാൽച്ചിലങ്കയാം ലങ്കയെ
എത്തിപ്പിടിക്കാൻ കൈനീട്ടുന്നധനുഷ്ക്കോടി-
കോദണ്ഡരാമന്റെ വില്ലിന്റെ
സ്മരണയാണ് പേരിനെങ്കിലും.
ആ മുനമ്പിനഗ്രബിന്ദുവിൽ നിന്ന്
ആവാഹിച്ചു ഞാൻ സിന്ധു സാഗരത്തിൻ
അഗാധനീലിമയപാരതയെൻ മിഴികളിൽ.
ആഴിഗർഭത്തിലാണ്ട ചിതറിയ ശിലാഖണ്ഡങ്ങൾ
ചേർത്തുവെച്ചു പാതയൊന്നൊരുക്കാൻ
മണിരമ്യലങ്കയിൽ പോയശോക-
വനമൊന്നുകാണാൻ കൊതിച്ചു ഞാൻ,
ഇതിഹാസമെഴുതിയ നിണസേചിതരണഭൂമി
പാടുന്ന വീരഗാഥകൾ കേൾക്കുവാനും.
രാമായണരണഭൂമിയെൻ മനമിന്നും.

ശാന്ത നിദ്ര

ഭാരതത്തിന്റെ മുൻ രാഷ്ട്രപതി എ.പി.ജെ അബ്ദുൽകലാമിന്റെ ജന്മ ദേശമായ രാമേശ്വരത്തെ സമാധിസ്മാരകംസന്ദർശിച്ചത് അനുഭൂതി ദായകമായ അനുഭവമാണ്.അദ്ദേഹത്തിന്റെ ജീവിതയാത്രയിലെ വിവിധ ഘട്ടങ്ങൾ,നേട്ടങ്ങൾ-എല്ലാം അവിടെ ഭംഗിയായി ആവിഷ്കരിച്ചിട്ടുണ്ട്. ആ മഹാത്മാവിന്റെ ഭൗതിക സാന്നിധ്യം നമുക്ക് അനുഭവപ്പെടും. അതിനുചുറ്റും മനോഹരമായ പൂന്തോട്ടം. സുന്ദരമായ രൂപകല്പന. അവിടെ ചെലവഴിച്ച ഓരോ നിമിഷത്തിലും പുതിയൊരു ഊർജ്ജം പടരുന്നതായും,അദ്ദേഹത്തിന്റെ ആത്മീയ സാന്നിദ്ധ്യം മണ്ണിലും ജലത്തിലും വായുവിലും ആകാശത്തിലും നിറഞ്ഞു നിൽക്കുന്നതായും എനിക്കു തോന്നി.

ഇവിടെ ശാന്തമുറങ്ങുകയാണ്
ഒരു ഭാരതപുത്രൻ ധീരൻ നിത്യ നിതാന്തം
അഗ്നിച്ചിറകു വിടർത്തി പറന്ന ചിന്തകളും.
അവന്റെ ബാല്യം പിച്ചവെച്ചമണ്ണിനു സൗരഭ്യം.
പുലർവേളകളിൽ സൈക്കിളിലാബാല്യം
വാർത്തകൾ വിതറിയ വീടുകൾ വീഥികൾ
കാലം മാറ്റിയ രൂപങ്ങളിലിന്നും കാണാം.
ഇവിടെയൂറും നീരിലവന്റെ
സ്വേദകണങ്ങളുമുണ്ട് നിർണ്ണയമല്ലോ.
ഇവിടെ വീശും കുളിർകാറ്റും മൂളുകയല്ലോ
അവന്റെ ലളിതമനോഹരജീവിത കഥകൾ.
ഇവിടെ വിടരും കുസുമദളങ്ങൾ
കളങ്കമില്ലാ പാൽപുഞ്ചിരി തൂകുന്നു.
അവയുടെ സൗരഭമിവിടെ പരക്കുന്നു.

മാനവ സംസ്കൃതിയേറെ മഹത്തരമെന്നും
ഋഷിപരമ്പര നിജ പൂർവ്വികരെന്നും
മതമതിനൊരു തടവറ തീർക്കില്ലെന്നും
മടികൂടാതെയുണർത്തിയ ധീരമനീഷി
നിദ്രയിലാണീ സ്മരണകുടീരത്തിൽ.
ഇവിടെ ശ്രുതിയുണരുന്നു സപ്തസ്വരസാഗരവും
ഇത്തിരിനേരമിളവേൽക്കാനിവിടെയിരിക്കുമ്പോൾ
കുളിർകാറ്റെന്നെത്തൂവൽകണക്കു തലോടുമ്പോൾ
പടരുകയാണ് സിരകൾധമനികൾനാഡിയിലെല്ലാം
പുതിയൊരുണർവിൻ ഊർജ്ജതരംഗങ്ങൾ.
ഉണർന്നിരിക്കേ സ്വപ്നം കാണാൻ
എന്നെയുണർത്തിയ ഗുരുവാണല്ലോ
നിതാന്ത നിദ്രയിലാണ്ടുകിടപ്പൂ.
ജനനിയുമെൻ ജന്മഭൂമിയുമെന്നും
സ്വർഗ്ഗത്തേക്കാൾ മേത്തരമെന്ന്
മാത്രകൾതോറുമുണർത്തിയ ഋഷിവര്യൻ
ഉത്തമ ഭാരതപുത്രനുറങ്ങട്ടെ
ഉണരട്ടെ ഞാൻ തുടരട്ടെ യാത്ര
ഇനിയും പോവാനുണ്ട് ദൂരങ്ങൾ
കയറാനുണ്ടേത്ര കൊടുമുടികൾ
ഇനിയെൻ കാലുകൾതളരില്ലല്ലോ
നിൻ സ്മരണകൾ തുണയായുണ്ടല്ലോ.

സൗമ്യധീരൻ

ചേതൻ ചൗഹാൻ-ഗവാസ്കർ പ്രാരംഭജോഡി ഇന്ത്യൻ ക്രിക്കറ്റിൽ വിശ്വസ്തതയുടെ അദ്ധ്യായം കുറിച്ചവർ. രാഷ്ട്രീയത്തിലും തിളങ്ങിയ ചൗഹാൻ ഒരു ടെസ്ററ് സെഞ്ചുറിപോലും നേടാതെ ഏറെക്കാലം അന വധി സെഞ്ചുറി കൂട്ടുകെട്ടുകളിൽ ഭാഗഭാക്കായി.കോവിഡ്19-ന് കീഴട ങ്ങിയത് ദു:ഖകരം.

ആരായിരുന്നു ചേതൻചൗഹാൻ?
തീ പാറുന്ന പന്തുകൾ,
മിന്നൽ പിണരിന്റെ വേഗം
ആക്രമണങ്ങൾ തീക്ഷ്ണം
മിഴിയിൽ പതറാത്ത ജാഗ്രത
കാലുറച്ച നചികേതശ്രദ്ധയും
കടുകിട വിടാത്ത പ്രതിരോധം
എത്ര നാളിങ്ങനെ കോട്ടകാത്തു!
സ്വാർത്ഥചിന്തകൾക്കപ്പുറം
സംഘബോധം കൈമുതൽ
വിശ്വസ്തതയുടെ ആൾരൂപം
രാഷ്ട്രകീർത്തി വാനിലുയർത്തി
പലവട്ടമെത്തിക്കൊടുമുടിക്കടുത്ത്
ധീരമായണഞ്ഞെങ്കിലുമായില്ല
ശതകക്കൊടുമുടി കീഴടക്കാൻ.
മഹാമാരിക്കൊടുംകാറ്റിലണഞ്ഞു
ദീപനാളമെങ്കിലും നമിക്കുന്നു

നിൻ സ്മരണയ്ക്കുമുൻപിൽ ഞാൻ.

കടൽ

ശാന്തസമുദ്രംപോലുമശാന്തം
കടലെന്നുംഅങ്ങനെയാണല്ലോ!
അതിനറിയില്ലല്ലോശാന്തി മന്ത്രങ്ങൾ
തിരകളുയർന്ന് പാഞ്ഞെത്തുന്നു
തീരങ്ങളിൽ തലതല്ലിയൊടുങ്ങാൻ
ചിലനേരങ്ങളിൽ തിരതാനെയടങ്ങും
അകമപ്പോഴും അതിശക്തിയിലിളകും
അടിത്തട്ടിൽപടരുന്നുണ്ടാവുമശാന്തി
ചിലയിടങ്ങളിൽചൂടായും വേറെയിടങ്ങളിൽ
അതിശീതമായും ഒഴുകിക്കൊണ്ടേയിരിക്കും
സാമുദ്രികചലന പ്രതിഭാസങ്ങൾ,പാഠങ്ങൾ
ഭൂമിശാസ്ത്രമൊരല്പമറിഞ്ഞതുമാണ്.
എന്റെ മനസ്സിനകത്തെന്നും ഒരു കടലുണ്ട്
ആ കടലിന്നാഴമളക്കാനായിട്ടില്ലിതുവരെയും
അതിന്റെയടിത്തട്ടെന്നുമെനിക്കു സമസ്യ
മാപിനിയൊന്നും കണ്ടെത്തിയതില്ല.
ചിന്തകൾ,വികാരങ്ങൾ,ആശകളാശാഭംഗങ്ങൾ
അവയുടെ വേലിയേറ്റമിറക്കങ്ങളുമിന്നും
തുടരുന്നുണ്ടൊരു വിരാമവുമില്ലാതെ
ഇതൊന്നു ശാന്തമാവുന്നതുകാത്ത്
ബുദ്ധിമാനെന്നു കരുതുമീമണ്ടൻ
കാത്തിരിക്കാൻ തുടങ്ങിയിട്ടേറെക്കാലമായി
കാത്തിരിപ്പൊടുങ്ങുന്ന നാളിലേ കടൽ
ശാന്തമാകൂവെന്നറിയാനിന്ദ്രിയങ്ങൾക്കാവുന്നില്ല.

തുംഗഭദ്ര അവിരാമമൊഴുകുന്നു

1

കിഷ്കിന്ധയെന്നപേര്
രാമായണത്തിലെന്നേ
പരിചിതമാണാചരിതമെല്ലാം
തരു നികര നിബിഡ വനം
കരിംപാറക്കല്ലുകൾസുലഭമെവിടെയും
ഇന്ദ്രതനയൻ ബാലി ശക്തനും,
സൂര്യാത്മജൻ തമ്പിസുഗ്രീവനും,
ബാലിസുതനംഗദൻ യുവരാജനും
പ്രജാഹിതം പാലിച്ചുപോന്ന ദേശം
പഞ്ചമഹാനാരിമാരിലേകതാരയും
രാജപത്നിയായ് വിലസിയതിവിടയത്രേ!
അഞ്ജനാദ്രീയിലാണു പോലും
മാരുതിപിറന്ന സൂതികാഗൃഹം!
സൂതികർമ്മാനന്തരമമ്മയ്ക്ക്
ദാഹമകറ്റാൻ നദിയുടെ ഗതിയും
മാറ്റിയത്രേ മഹാശക്തിമാൻ വായുപുത്രൻ.
മന്ത്രിമുഖ്യനായ് മാരുതിസുഗ്രീവനെ
രക്ഷിച്ചുസേവിച്ച മാതംഗമലയുമുണ്ട്.
ഏറെയകലെയല്ലാ ബാലി സമ്പത്ത്
സൂക്ഷിച്ചകോട്ടയാം 'വാലികില്ല'യും
അതിപുരാതനചരിത്രമഗാധ
നിദ്രയിലാണ്ട തുംഗഭദ്രാനദീ തടം

2

കാലചക്രം ശതകങ്ങൾക്കു ജന്മമേകിക്കറങ്ങി
ഉണർന്നുമുറങ്ങിയുംചരിത്രം വളർന്നു
രണ്ടാം ശതകം,ക്രൈസ്തവം വാണത്
ശതവാഹന നൃപേന്ദ്രരത്രേ!
ബൗദ്ധസന്ദേശമലയടിച്ചകാലം
പിന്നെയുമൊഴുകിയഞ്ചുമാറും
നൂറ്റാണ്ടിലിവിടെ ബദാമിയിലെ
ചാലൂക്യരെത്തി ശാസകരായി.
ഏഴുമെട്ടും നൂറ്റാണ്ടടക്കിവാണു
രാഷ്ട്രകൂടൻമാർ പ്രതാപികൾ
ഒമ്പതാം ശതകം തൊട്ടുപതിനൊന്നു
വരെഭരിച്ചതോ, കല്യാണചാലൂക്യരും
പതിനൊന്നിലാ ഹൊയ്സാലർവന്നു
പതിമൂന്നാം ശതകംവരെവാണുവത്രേ!
പിന്നെയാശതകാന്ത്യംവരെയീനദീതടം
ദേവഗിരിയിലെ യാദവർകാൽക്കീഴിലാക്കി
പതിമൂന്നാം ശതകാന്ത്യത്തിലെത്തീ
മുഹമ്മദൻ പടയോട്ടങ്ങളിൽ മുറിഞ്ഞൂ
കാലങ്ങളായി പന്തലിച്ച സംസ്കാര നൈരന്തര്യം
ചോരവാർന്നു ചരിത്രപ്രയാണം തുടർന്നുതുംഗഭദ്രയും

3

പതിമൂന്നാം ശതകത്തിൽ തടയിട്ടു
സംഗമസോദരർ ഹരിഹരൻ ബുക്കനും
ശിലയിട്ടു പുതിയൊരു സാമ്രാജ്യത്തിനും
വിജയനഗരമെന്നത് വിശ്വമാകെ
പുകൾപരത്തിയേറെക്കാലമിവിടെ
പുനരുയർന്നു മണിരമ്യമന്ദിരങ്ങൾ
പൂർവ്വ പശ്ചിമ സാഗരങ്ങളതിരിട്ടു.

കൃഷ്ണാനദി വടക്കും, സിന്ധുസാഗരംതെക്കും
സീമകളായി പ്രതാപകാലങ്ങളിൽ
സംഗമസോദരർ പടിപടിയായി
പടുത്തുയർത്തിയ കോട്ടകൊത്തളങ്ങളിൽ
അധികാരച്ചെങ്കോലേന്തിപിന്നീട്
സാലുവർ,തുളുവർ അരവീടുവംശാവലിയും
പേർഷ്യയിൽനിന്നുവന്നു സഞ്ചാരികൾ
അറബികൾ പിന്നെ പറങ്കികൾ
അവർകണ്ടൊരൈശ്വര്യദേവതാ ചിത്രങ്ങൾ
ലോകമാകെയറിഞ്ഞു ലിഖിത സഞ്ചാരക്കുറിപ്പിലൂടെ
അനന്യമാമീസാമ്രാജ്യസംസ്ക്കാര ഗാഥകൾ
വിശ്വമാകെ പുകൾപെറ്റ ചന്തകൾ
മണിമുത്തുകൾ,കുതിരകളാനകൾ
സമ്പത്തിൻ കലവറനിറഞ്ഞൊഴുകി.
കൃഷണദേവരായരുമച്ച്യുതരായരും മറ്റരചരും
നിർമ്മിച്ചെത്രശില്പചാതുരിയേറിയ ക്ഷേത്രങ്ങൾ,
സഭാമണ്ഡപങ്ങൾ കുളങ്ങളും മനോഹരം,
ഗണേശൻ,വിരൂപാക്ഷൻ,വിത്തലേശ്വരൻ
വരാഹ നരസിംഹ കോദണ്ഡരാമൻ
കൃഷ്ണനും,കാളിയും,സരസ്വതീദേവിയും
വീരഭദ്രൻ ശക്തനാമാഞ്ജനേയൻ
പിന്നെയുമെത്രയോദേവീദേവരെ
കുടിയിരുത്തിയ ക്ഷേത്രങ്ങൾ.
കുന്തുനാഥൻപതിനേഴാംജൈനതീർത്ഥങ്കരനുമുണ്ട്
മഹാഭാരതവീരൻ ഭീമനുണ്ടൊരുസ്മാരകകവാടം
കുതിരാലയങ്ങളാനക്കോട്ടകളെല്ലാം
വിശ്വമോഹനം വാസ്തുകലയുടെ നിദാനങ്ങൾ
ഹംപിക്കുമുമ്പു വിജയനഗരം വാണത്
ആനെഗൊണ്ടിക്കോട്ടയിൽനിന്നെന്നു ചരിത്രമോതുന്നു.
ശിലായുഗത്തിലുദിച്ചൊരാദിമ

മാനവസംസ്കൃതിവളർന്ന മണ്ണിലിന്നു
ശിലാഖണ്ഡങ്ങളായി പരന്നുകിടപ്പാണു ഹംപി
സത്യക്കുത്തക വളർന്നസഹിഷ്ണുതയായ്
തുംഗഭദ്രാതടങ്ങളിൽ വാളായ് തീയായ്
പടർന്ന കാലം മാനവസൗന്ദര്യസങ്കല്പങ്ങൾ
ഉടഞ്ഞു മണ്ണടിഞ്ഞ ഹംപിയെന്നെ
വലിക്കയാണൊരു കാന്തംപോലെ
തളിക്കോട്ടയിൽതകർന്നടിഞ്ഞകോട്ടകൾ
സൗന്ദര്യധാമങ്ങളാടിയ രാവുകൾ
അന്ത:പുരങ്ങളും ആപണങ്ങളും
മൺമറഞ്ഞുപോയപ്രേതഭൂമിഹംപി
നിർമ്മാണകലയുടെ സൗന്ദര്യവും
സംഹാരക്രിയയുടെ ഭീകരതയും
ചേർന്നൊരു കൊളാഷുസൃഷ്ടിപോലെ
അവിരാമ നിർവ്വികാരനീരൊഴുക്കാവുന്നു തുംഗഭദ്ര

ശുഭകാമന

എന്റെ മനസ്സുപിടയുന്നു
എന്തിനെന്നറിയാതെയിന്നും
തിരിച്ചുവരാത്ത ഭൂതകാലത്തിൽ
കുഴിയാനയായിക്കറങ്ങുന്നുവോ?
ദുരന്തകാലപ്പെരുവഴിയിലൂടെ
ദിശയറിയാതെൻയാത്ര
കൊഴിഞ്ഞവസന്തപുഷ്പത്തിൻ
ഇതളുകളുടെ സൗന്ദര്യസൗരഭ്യം
ഇന്ദ്രിയങ്ങളിൽ പടരുകയാണ്
അനിവാര്യ പതനത്തിൽഖേദമെന്തിന്?
കയറില്ലാത്തൊരുബന്ധനവും
മതിലുകളില്ലാത്ത കാരാഗൃഹവും
എന്തെന്നറിയുന്നൂ ഞാൻ,
എന്നും കാലമിരുണ്ടതാവില്ലെന്നും
പ്രതീക്ഷകളുടെ നാമ്പുകൾ വളരും
വിടരും പുതിയ വസന്തസുമങ്ങളും.
ശുഭകാമനയുടെ ദീപസ്തംഭം കത്തും
ശ്രീകോവിൽ നടയിൽ ധ്യാനമിരിപ്പൂ.

ഓണം 2020

അറിഞ്ഞില്ല ഞാനീയാണ്ടിൽ
ആണ്ടറുതി വന്നതും പോയതും.
ഏതോ ദുരന്താഗമനക്കുളമ്പടി
കാതോർത്തു ഞാനിരുന്നു
മതിലുകളില്ലാത്ത കാരാഗൃഹത്തിൽ
ചങ്ങലയില്ലാച്ചങ്ങലതൻബന്ധനത്തിൽ.
എന്തൊരുത്സാഹമായിരുന്നാണ്ടറുതികൾക്ക്
സ്വാഗതമോതുവാൻ പോയ കാലങ്ങളിൽ!
ഏതോ സൂക്ഷ്മാണു-ജീവിയാണോ
അജൈവ ദ്രവ്യമാണോ സന്ദേഹമാണിന്നും
മരണദൂതുമായി ഭൂമണ്ഡലമാകെ
കൊടുങ്കാറ്റിൽ ധൂളിപോലെ
എവിടെയും തറക്കുന്നമുള്ളുകളോടെ
പാറിപ്പറക്കുന്നനേരമാണ്ടറുതിയാരറിയാൻ
ആൾക്കൂട്ടങ്ങളില്ലാഘോഷമൊന്നുമില്ലാരവങ്ങളില്ല,
അമ്പലപ്പറമ്പിലെയരയാൽമരച്ചോട്ടിൽ
തുമ്പിതുള്ളുന്ന തരുണികളില്ല
കണ്ടില്ലകുമ്മാട്ടിയെ 'കുണ്ടൻകിണറ്റിലെ
കുറുവടികുമ്പിട്ടെടുക്കാൻ' കുട്ടികൾക്കുന്മേഷമേകാൻ
ഓണത്തിനയൽനാട്ടിൽനിന്നെത്തുന്ന
സുന്ദരിപ്പൂക്കളും വിരുന്നുവന്നില്ല,പൂക്കളത്തിലുറങ്ങാൻ
പുതിയ രാജാവുചൊല്ലിനാടൻപൂക്കളാൽ
പഴയരാജാവിനെ ആവാഹിച്ചു കുടിയിരുത്താൻ
കാടുകൾ മേടുകൾ നാടുനീങ്ങിയ നാട്ടിൽ
നാടൻ പൂക്കൾ വിടരുന്നതെങ്ങനെയോ

ഓണക്കോടി വാങ്ങുവാനുമോർത്തില്ല ഞാൻ
മണ്ണിടിഞ്ഞടിഞ്ഞാണ്ടുപോയ
നരമാംസമഴുകിയ ഗന്ധമെൻനാസികയിൽ,
വസന്തത്തിന്റെ സുഗന്ധമറിയുന്നതെങ്ങനെ?
സൗഹൃദങ്ങൾ സന്ദർശനങ്ങൾ വെടിഞ്ഞു
ബന്ധങ്ങളെല്ലാം കമ്പിയില്ലാദൂരഭാഷിണിയുടെ
ഔദാര്യത്താൽ പുതുക്കിയുറപ്പിച്ചു യാന്ത്രികം.
യന്ത്രങ്ങളല്ലോ നമ്മുടെ മനോവൃത്തിപോലും
നിർണ്ണയിക്കുന്നതീയാസുരലോകത്ത്,കാലത്ത്
തീതുപ്പിയന്ത്രങ്ങളാജ്ഞ കാത്തു നിൽപ്പാണ്.
മഞ്ഞുറയുന്ന മലനിരകളിൽ നിരനിരയായി.
വിത്തമാണീശ്വരൻ നരവംശത്തിനിന്ന്
മൂല്യങ്ങളെല്ലാമുരുകിയുടഞ്ഞുംമറഞ്ഞു.
എങ്കിലും പ്രതിഷ്ഠിച്ചുഞാൻ നാക്കിലയിൽ
പൂജിച്ചു ജലഗന്ധ,പുഷ്പാഗ്നി ധൂമങ്ങളാൽ
ആണ്ടറുതിയുടെയനുഷ്ഠാനമായിനിർവ്വികാരം.
ശീലങ്ങളുടെ ബന്ധനം അഴിക്കാവതല്ലല്ലോ
ആണ്ടറുതി വീണ്ടും വരുമെന്ന് സ്വപ്നാടനം തുടരട്ടെ
സൂര്യൻ ജ്വലനം തുടരും, ഭൂമികറങ്ങും
അതിനാലെന്നും കാലമിരുണ്ടതാവില്ലല്ലോ
ഒരു രാവുമരിച്ചാൽ പകലുപിറക്കില്ലേ?

ഒരു സന്ദേഹബീജം വളരുന്നു

വർത്തമാന കാലവൃക്ഷത്തിൻ
വേരുകളാണ്ടുകിടക്കും ഭൂതം.
മുകുളം വളരും ഭാവി വിഹായസ്സിൽ
കേരളം വാണൊരസുരരാജകഥയുടെ
അടിവേരുകാണാനായില്ലിതുവരെ
ലിഖിതചരിത്രത്താളുകൾ പലതും
പരതീ, കാലം ദേശം അറിയാൻ.
കാലം,തലമുറ കൈമാറിക്കിട്ടിയ കഥകൾ
നേരറിയാനാവാതെ വിയർത്തൂ
മാവേലി തപം ചെയ്തതു നർമ്മദാതീരത്തെന്നും,
യാദവകൃഷ്ണന്റെ പിൻമുറക്കാരനെന്നും
കേട്ടനാളിൽ നാമ്പെടുത്തതാണ്
ഒട്ടുനാളായുത്തരം തേടുമീ സമസ്യ.
ഒരു നാൾ ചാലൂക്യക്ഷേത്രവാസ്തുവിദ്യ
പിറന്നു വളർന്നു വികസിച്ച ബദാമിയിലെ
ഗുഹാക്ഷേത്രച്ചുവരിൽക്കണ്ടുഞാൻ
വാമനനെ മഹാബലിയേയും
ഒരുവേളയിവിടെയെങ്ങാനുമായിടാം
മാവേലിമന്നൻ വാണസമത്വഭൂമി.
എന്റെ കേരളം വാണുവെന്നത്
ആരുടെയോഭാവനയിൽ വിടർന്ന
പരികല്പനാ പുഷ്പങ്ങളായിടാം.
മഴുവെറിഞ്ഞുയർന്ന കരയുടെ കഥപോലെ.
സന്ദേഹത്തിൻബീജമുണർന്നു വളരുകയാണ്.

പട്ടികൾ കുരക്കുന്നില്ല

എന്റെ വീട്ടിൽ പട്ടികളനവധിയുണ്ട്
ക്രൂരതയേറിയ ഇനമാണെല്ലാം
അവയുടെ കുരകേട്ടാൽ നാടുനടുങ്ങും
ഘ്രാണശക്തിയും ശ്രവണശേഷിയും
ലോകോത്തരമെന്നതിലൊരു തർക്കവുമില്ല.
ആയിരം കാതങ്ങൾക്കപ്പുറത്തു നിന്നും
ഉയരുന്ന മണവും നാദവും തിരിച്ചറിയും
ആളനക്കങ്ങളരുതായ്മകൾ എവിടെയായാലും
അറിയുന്ന മാത്രയിൽ കുരതുടങ്ങുമായിരുന്നു
ഒന്നുകുരച്ചാൽ ഏറ്റുകുരയ്ക്കും മറ്റെല്ലാം
നാളുകളങ്ങനെ കുരയുടെ സംഘഘോഷമുയരും
ഈയിടെയായിട്ടരുതായ്മകളുടെ നിത്യനടനം
വീടിനുചുറ്റുമകത്തും ദുർഗ്ഗന്ധമസഹ്യം
'ഡെന്മാർക്കിലെന്താണു ചീഞ്ഞുനാറുന്നതെന്ന്'
നാട്ടാർ പലരും പലകുറി ചോദിക്കുന്നു
എന്നാൽ, പട്ടികളിന്നുകുരക്കുന്നില്ലവ-
ഗാഢമുറക്കം,നാസികമണമറിയുന്നില്ലേ,
ഘ്രാണശക്തികുറഞ്ഞുപോയോ?
കേൾവിക്കുപതംവന്നുപോയോ,നിശ്ചയമില്ലല്ലോ!
മിഴികളിലന്ധതബാധിച്ചോ,ഗുരുതരരോഗം
പിടിപെട്ടോ,പട്ടികുരക്കാത്തനിശ്ശബ്ദശാന്തത
ശ്മശാനസമാനമൂകത ഭീതിതമാണല്ലോ
ഔഷധമെന്തിനിയെന്നാരായുമ്പോൾ
അശരീരികണക്കാരോ പറയുന്നു,
എന്നും പട്ടികുരക്കില്ലവ പക്ഷാഘാതം വന്നവയല്ലേ,
വളർത്തുപട്ടികളൊരുനാളും യജമാനനുനേരെ
കുരക്കുകയില്ലവശീലിച്ചതു വാലാട്ടാനല്ലോ!

അദ്ധ്യാപകദിനം

'ഓം ഹരി:ശ്രീ ഗണപതയേ നമ:-
അവിഘ്നമസ്തു'വെന്നെൻ ജിഹ്വയിൽ
സ്വർണ്ണമോതിരത്താൽ കോറി
പിന്നെവിരലുപിടിച്ചുണക്കലരിയിൽ
എഴുതിച്ചൂ,മടിയിലിരുത്തിയൊരുനാൾ
അന്നുതൊട്ടിന്നോളമക്ഷരമുറ്റത്ത്
തുള്ളിക്കളിക്കുന്നു ഞാൻ സാമോദം,
പുതുമഴകൊള്ളുവാൻ മുറ്റത്തെന്നപോൽ
എത്രയദ്ധ്യാപകരെന്തെന്തു പാഠങ്ങൾ
അഭ്യസിപ്പിച്ചെന്നെയവരേവരേയും
സ്മരിക്കുന്നു സവിനയം സാദരം സാമോദം
സ്നേഹസമന്വിതമാതൃവൽസ്പർശങ്ങളും.
ഇന്നു ഞാൻസദാശിവസമാരംഭ
ശങ്കരാചാര്യമദ്ധ്യമമസ്മദാചാര്യപര്യന്ത
പരമ്പരയെവന്ദിച്ചു കണ്ണിചേരുന്നു.
എൻമുന്നിലിരിക്കുവോരെ മക്കളായി
കരുതി ഞാൻ പകർന്നു നൽകുന്നു
വിദ്യാമൃതല്പാല്പമായിക്കാലോചിതം.
ചിലരതു കുടിക്കുന്നുതേടുന്നു വീണ്ടും
ചിലരതു മോന്തുന്നുകഷായസമാനം.
വേറെചിലർക്കദ്ധ്യാപകർ ശത്രുക്കളത്രേ
തെല്ലുമില്ലാദരമവർക്കെന്തുകൊണ്ടോ
കാലക്കാറ്റിൻ ഗതിമാറ്റമാണോ,
നികത്താനാവാത്ത തലമുറകളുടെ വിടവോ?
പുതിയകാല രീതിശാസ്ത്രങ്ങൾ

പൂർണ്ണമുൾക്കൊള്ളാനശക്തനെങ്കിലും
പൂർണ്ണത്തിൽനിന്നുപൂർണ്ണമെടുത്താലും,
പൂർണ്ണത്തോടു പൂർണ്ണം ചേർന്നാലും
പൂർണ്ണമായിടും ശിഷ്ടമായതെന്ന വേദം
കേട്ടുവളർന്ന ഞാൻ നേരുന്നു നൻമകൾ
ശിഷ്യഗണത്തിനൊന്നാകെയും.
വിളക്കൊന്നുതെളിക്കട്ടെ ഞാൻ
ഇരുട്ടിന്റെ പട്ടടതീർക്കുവാനിന്ന്
അദ്ധ്യാപകരുടെ സ്വന്തനാളിതിൽ
പൂർണ്ണതതേടുന്ന യാത്രയിൽ
ഊന്നുകമ്പല്ലോ വിദ്യയെന്നും.

മന്ത്രധ്വനികൾ കേൾക്കുന്നുവോ?

എനിക്കുചുറ്റുമെരിയുമീയഗ്നി
സർവ്വസംഹാരിയായിപ്പടരുമോ?
ഇന്നലെയീയഗ്നി പടർന്നത്
എന്നയൽവാസിയുടെ തോട്ടത്തിലായിരുന്നു
അവിടുന്നുയർന്ന രോദനം നിസ്സംഗനായിക്കേട്ടു
എന്റെ തോട്ടം സുരക്ഷിതമെന്നു ഞാൻ
വൃഥാവിലാശ്വസിച്ചു മൗനനിഷ്ക്രിയത പൂണ്ടു.
ഇന്നുരക്ഷാമാർഗ്ഗംതേടി നിലവിളിക്കുമ്പോൾ
നിസ്സഹായനെന്നെ കേൾക്കാനാരുമില്ലല്ലോ.
എന്റെമുൻഗാമികൾ നട്ടുവളർത്തിക്കൈമാറിയ
ഈ മനോഹരത്തോട്ടമാകെക്കരിഞ്ഞമരുന്നു.
മൃതസഞ്ജീവനിയുണ്ടായിരുന്നു, നാല്പാമരങ്ങളും.
കൃഷ്ണതുളസിച്ചെടികൾ കുറുന്തോട്ടിയും
തുമ്പയും മുക്കുറ്റിയും മറ്റുദശപുഷ്പങ്ങളും
ആയുർരേഖനീട്ടുവാനുതകുമായിരം സസ്യലതകൾ!
പാലമരത്തിലും കാഞ്ഞിരത്തിലും പടർന്ന്
ഇരുട്ടുപരത്തിയ ചിറ്റമൃതിൻ ഊഞ്ഞാലു-
വള്ളികളുള്ളസർപ്പക്കാവിൽ സ്വൈരവിഹാരികൾ
നിധികാത്ത സർപ്പങ്ങളുണ്ടായിരുന്നു.
എല്ലാമെരിഞ്ഞമർന്നുചാരമായ ഭൂമിയിൽ
തണലേകാത്തൊരീന്തപ്പനകൾ മാത്രമായോ?
പാതകൾ ഭിന്നങ്ങളായിടാമെന്നും
പരമസത്യമേകമെന്നും ജ്ഞാനികൾ.
തോട്ടങ്ങളെരിയവേ ഗൗനിക്കാത്തോരുടെ
ഗതിയിതെന്നും, ഭിന്നമാവില്ലെന്നും

വിശ്രമമില്ലാതെ പായുന്ന കാലം
നിരന്തരം മന്ത്രിച്ചുകൊണ്ടേയിരുന്നു.
മന്ത്രങ്ങൾനേർത്ത് നിശ്ശബ്ദതയിലലിയുന്നു.
കാതുകൂർപ്പിച്ചാൽ എന്നെപ്പോലെ
നിങ്ങൾക്കുമീ മന്ത്രധ്വനികൾ കേൾക്കാനാവും.

ഒന്നുംമാറുന്നില്ല

ഹിരണ്യപാത്രംകൊണ്ടുമൂടുന്നു
സത്യസൂര്യനെ നാമിന്നും
ആയിരമാവർത്തിഘോഷിക്കയാണ്
പൊളികൾ പൊരുളാക്കുവാൻ.
രാജാവുതുണിയില്ലാതോടുമ്പോൾ
കുട്ടികളിന്നുമാർത്തുവിളിക്കുന്നു.
ഓന്തോടുന്നതുമാളംവരെയെന്ന്
പഴമക്കാർചൊല്ലുകൾ പതിരല്ലല്ലോ.
ഓടുമ്പോഴും നിറഭേദത്തിന്
കഴിവുള്ളൊരു ജന്തുവാണോന്തെന്ന്
മറക്കാനാവില്ലല്ലോമാറിയകാലത്തും
കാലമോടുന്നുകാലുതളരാതെയിന്നും

അക്കിത്തം

കാവ്യദേവത താളവട്ടങ്ങൾ
പിഴക്കാതെയെന്നും നടമാടിയ
ദേവായനത്തിന്റെ ദേവാങ്കണത്തിൽ
സൗമ്യദീപ്തശോഭ വിടരും
ദീപനാളങ്ങളുല്ലസിക്കുന്നു.
സംഹാരരൂപിയല്ലഗ്നിയെന്നും,
കർമ്മ പ്രചോദകമൂർജ്ജമാണെന്നും
ഓരോകണ്ണീർകണത്തിലും
ആയിരംസൗരമണ്ഡലങ്ങൾ
ആത്മാവിലെന്നുംജ്വലിപ്പിച്ച
കാവ്യസൂര്യനങ്ങെന്നറിയുന്നു.
ഇല്ലൊരുവെറുപ്പിൻകണിക
ഹൃദയാന്തർഭാഗത്തെന്നും
വിശ്വപ്രേമസാഗരമലയടിച്ചു.
വേദചിന്തയരണിയായ്കടഞ്ഞ്
ജ്വലിപ്പിച്ചൊരഗ്നിനെയ്വിളക്കായി
നിശാന്ധതയിൽവഴിവെളിച്ചമായെൻ
കാവ്യാനുസന്ധാനവേളയിൽ
വേദസംഹിതയറിഞ്ഞനിറകുടമായി
ഉരുവമെടുത്തജ്ഞാനപീഠാരൂഢൻ
എളിമതൻ ഗരിമകൈവിടാതെ
വിനയമെന്നുംജീവിതശ്രുതിയായി
മീട്ടിയസാമസംഗീതമല്ലേ?
കാവ്യമേരുവിന്നുത്തുംഗശൃംഗം
ശാന്തമന്ദസ്മിതംമുല്ലമലരായി

വിടരും സാത്വികവദനസ്മിതം
മൃദുവാഗ്ദേവീ പ്രസാദവും
കലാപകലുഷിതസംഘർഷഭൂമിക-
വെടിഞ്ഞെത്തിയസമന്വയതീരങ്ങളും
ആഴിയേക്കാളഗാധസ്നേഹം തുളുമ്പും
സർവ്വഭൂതഹിതാർത്ഥ ചിന്തകൾ.
ഗാന്ധിനെയ്തഖാദിയാണുടയാട-
യങ്ങേക്കുഹിതകരമെന്നറിയുന്നു.
നമിക്കുന്നുസാഷ്ടാംഗമങ്ങയെ
ശിരസ്സിലൊരനുഗ്രഹസ്പർശത്തിനായി.

അടിയറവ് പറയാത്തവൻ

ദുരിതജീവിതസാഹചര്യങ്ങളതിജീവിച്ച് ചെസ്സിന്റെഅമരക്കാരനായി വളർന്ന, സ്ഥിരോത്സാഹത്തിന്റെ പാഠപുസ്തകമായിമാറിയ പി.ടി.ഉമ്മർ കോയക്ക് ഒരുസുഹൃത്തിന്റെസ്മരണാഞ്ജലി.

ജീവിതവിജയഗാഥയെഴുതിയ
പാഠപുസ്തകമെൻ സുഹൃത്തുമ്മർകോയ.
അസാധ്യങ്ങൾ സാധിതമാക്കിയോൻ
തത്ത്വശാസ്ത്രമരുഭൂമികൾക്കപ്പുറം
സൗഹൃദങ്ങളുടെതെളിനീരൊഴുക്കുകൾ
തളരാത്ത ആത്മവിശ്വാസമെന്നും
ഒരു നിറപുഞ്ചിരിയിലൊതുക്കിയോൻ
കോഴിക്കോടുസർവ്വകലാശാലാതൊഴിലാളി.
ചതുരംഗത്തിൽ നിന്നാധുനികചെസ്സ്
വികസിച്ചുവളർന്ന വഴിത്താരകൾതേടി
ഒരുതോൾസഞ്ചിയുമായെത്രനാളലഞ്ഞു!
ഇന്ത്യൻ ചെസ്സിനു വിശ്വകീർത്തിയുടെ
രാജ്യാന്തരക്കൊടുമുടികയറാൻ
പ്രാപ്തിയേകിയസംഘാടകമികവനന്യം
അതിക്ലിഷ്ട ബാല്യകൗമാരങ്ങളെ
അതിജീവനക്കരുത്തിനാൽ
മറികടന്ന്ഊഷരഭൂമിയിലും
വടവൃക്ഷമായിവളർന്നു പടർന്നു നീ,
സഹപ്രവർത്തകർക്കുശീതളഛായയായി.
'രംഗബോധരഹിതകോമാളിക്കു'മുന്നിലടിയറവ്.
സ്മരിക്കുന്നു മഹാമേരുകീഴടക്കിയതപസ്വിയെ
തളരാതെദൂരങ്ങൾ താണ്ടാൻ
മനക്കരുത്തിന്റെ മന്ത്രം പകർന്നു
തന്നൊരാ മരണമില്ലാത്ത സൗഹൃദത്തെ.

നാം നന്ദിയില്ലാത്തവരാണോ?

ശീതശയ്യയിൽ ശാന്തമുറങ്ങുന്ന
സൈനികന്റെ ചലനമറ്റദേഹം
കാത്തുനിന്നായിരം മിഴികളാകാശ-
സീമകൾക്കപ്പുറം പായുന്ന സ്വപ്നങ്ങൾ
അതിരുമാന്താനെത്തുമരികളെത്തുരത്താൻ
കണ്ണിലെണ്ണ പാർന്നു കാത്തിരുന്നോൻ
ശാന്തമായെനിക്കുണ്ണുവാനുറങ്ങുവാൻ
പിന്നെ വ്യർത്ഥമായ് കലഹിക്കുവാൻ
ചെളികുഴച്ചു വാരിയെറിഞ്ഞു രസിക്കാൻ
തമ്മിലന്യോന്യം മത്സരിക്കയാണു ഞങ്ങൾ.
വാതാനുകൂലമേടകൾക്കുള്ളിൽ നാം
മൃഷ്ടാന്നശേഷം വെടിപറഞ്ഞിരിക്കവേ
ഇഷ്ടതോഴിയെ, മക്കളെയേതോ വിദൂര
ഗ്രാമത്തിലിട്ടുപോന്നിരുട്ടിലും
പൂച്ചയെപ്പോൽ തുറന്ന കണ്ണുമായി
ചതിയിലെത്തും ശത്രുവെക്കാത്തിരിക്കും
സോദരാ, നന്ദികെട്ട നീചരാണു ഞങ്ങൾ.
സ്വന്തബന്ധങ്ങളെപ്പിരിഞ്ഞ്
അന്ധയാമങ്ങളിൽ കടിച്ചു കീറുന്ന
തണുപ്പിൻ വ്യാഘ്രദന്തങ്ങളാഴ്ന്നിറങ്ങും
തനുവിലുയിരിനെ വരിഞ്ഞുകെട്ടി
കാത്തിരുന്നു നീ ജ്ഞാതാജ്ഞാത
സോദരർക്കു രക്ഷാകവചമായി.
നിലയ്ക്കാത്ത സ്ഫോടനങ്ങൾ, വെടിയൊച്ചകൾ

തളർത്തിയില്ല നിൻകൈകാലുകൾ മനസ്സും.
ചീറിയെത്തുന്ന വെടിയുണ്ടയേറ്റു
ചിതറുന്നതലയും, തകരുന്ന നെഞ്ചിൻ-
കൂടാരവും പതിവു കാഴ്ചകൾ നിനക്ക്.
നിണച്ചാലൊഴുകിക്കുതിർന്ന ഭൂമിയിൽ
നിർവ്വികാരത തഴക്കുന്നുവോ?
മരണമാണ് നിനക്കാത്ത തോഴനെന്ന്
അറിയുന്ന നേരവും ഭീതിയില്ലാതെ
കാലുറച്ചു കാതുകൂർപ്പിച്ചു മിഴിതുറന്നു
ഉണർന്നിരുന്ന നീയുറങ്ങുമ്പോൾ
കാവലിരിക്കുന്നു കാലം, നിലക്കാത്ത
വെടിയൊച്ചകളല്ലോ കേൾക്കുന്നു പിന്നെയും.

യാന്ത്രികം

മങ്ങുന്നുവോ സൂര്യൻ
നീളുന്നുവോ നിഴലുകൾ?
മിഴികളിലരിച്ചെത്തുന്നു
ഇരുളിൻ കരിംതേരട്ടകൾ.
തളരുന്നുവോ പാദങ്ങൾ,
അടി തെറ്റുമോ ലക്ഷ്യമകലുമോ!
ഇടറുന്നു സ്വനതന്തുക്കൾ
പാട്ടുനിർത്താൻ നേരമായോ
നരവീണചിന്തകൾക്ക്
ചായം തേച്ചു പകരട്ടെ യൗവ്വനം
ചതിക്കുഴികളാണുചുറ്റും
നചികേത ശ്രദ്ധവേണം നടക്കാൻ
ജീവിതാനുഭവങ്ങൾ
പെറുക്കിവച്ചുയർത്തട്ടെ
ജയപരാജയങ്ങളുടെ -
സ്മാരകസൗധം, കൊടിക്കൂറയും
കാലക്കൊടുങ്കാറ്റു വീശുന്നു
തകരുന്നു സ്മാരക നിലയവും
പുനരുയർത്താൻ വൃദ്ധാശ്രമം
തുടരുന്നു വൃദ്ധൻ,യാന്ത്രികം.

ചീനത്താണ്ഡവം

ചീനത്താണ്ഡവം
ചീനാണുതാണ്ഡവം
ദ്രുതതാളത്തിലാവുന്നു.
കൈലാസസാനുക്കളിൽ
പഞ്ചാക്ഷര മന്ത്രമണയുന്നുവോ?
ശാന്തി മന്ത്രങ്ങളിൽ മായംകലർന്നു
കലാപ ധ്വനികളാവുന്നുവോ?
രക്ത പങ്കിലമാക്കുന്നുവോ?
പുണ്യതീർത്ഥങ്ങൾ മുനി വാടങ്ങളും
മാനവിക മൂല്യങ്ങൾ ചതച്ചരച്ച്
സംഹാരയന്ത്രങ്ങൾ മുരളുന്നുവോ!
സഹസ്രാബ്ദചിന്തകളുറഞ്ഞ
സംസ്കാരനീരൊഴുക്ക് മലിനമാവുന്നുവോ?
മൃതിതാളമാടിത്തിമർക്കുന്നു
ഭീതിയരങ്ങുവാഴുന്നഖിലം
അവ്യക്തഭാവി തുറുകണ്ണുമായി
നരജന്മ വിനാശവിത്തുമായി
ആൾക്കൂട്ടങ്ങളിൽ പതിയിരിപ്പൂ.
കാലപ്രമാണങ്ങൾ പിഴക്കുന്നു
ഇരുളിൻ രഥചക്രമുരുളുന്നു
ജീവിത രഥ്യകളിലെല്ലാം.
മുറുകുന്നു ചീനത്താണ്ഡവം
ഭീകരം ചീനാണുതാണ്ഡവം.

കയറുമുടുമ്പും

ചകിരിപിരിച്ചൊരു കയറുണ്ടാക്കും
നേരത്തവളൊരു മിഴിയാലൊരുകല്ല്-
എറിഞ്ഞതുകൊണ്ടവനും വീണു
ഇരു ഹൃദയങ്ങൾ പിരിഞ്ഞുബലമേറിയകയറായി.

കുത്തിയൊഴുകിയ കാലദുരന്തപ്പെരുമഴയിൽ
കയറിൻ പിരിയഴിക്കാനായില്ലതു മുറുകി.
നാട്ടുനീതികൾ, കാട്ടുനീതികൾ വരിഞ്ഞു കയറായി
ഗതിയില്ലാതൊടുവിൽ കയറിൻ ഇരുതല മുക്തി.

പ്രണയശ്രുതിമീട്ടിയ ഹൃദയവീണതന്ത്രികൾ പൊട്ടി
പകലിരവുകൾ പ്രണയിച്ചൊരു സന്ധ്യപിറന്നു.

പ്രണയ നീരൊഴുക്കുകളഴിമുഖത്തുകാലസാഗരത്തിൽ
മൗന പ്രണയമന്ത്രങ്ങളുരുവിട്ടു ശാന്തം ലയിച്ചു

തീരത്തന്നും തലതല്ലിയൊടുങ്ങീ വീണ്ടും
തിരകളനശ്വരപ്രണയഗീതം പാടിപ്പാടി.

പ്രണയപ്രതീകമുടുമ്പും കയറും ശക്തം.
ഉയിരറ്റു പോവുമ്പോഴും പിടിവിടില്ലിഴപിരിയില്ലല്ലോ!

സൗമ്യ സാത്വികൻ

എനിക്ക് കാവ്യരചനയുടെ ബാല പാഠങ്ങൾ പകർന്നു തന്നത് (വേണ്ടത്ര സ്വാംശീകരിക്കാനായിട്ടില്ലെങ്കിലും) പ്രൊ. വിഷ്ണു നാരായണൻ നമ്പൂതിരിയുടെ നേതൃത്വത്തിൽ തിരുവനന്തപുരം കോട്ടയ്ക്കകം ശംഖു ചക്ര കല്യാണമണ്ഡപത്തിൽ തപസ്യയുടെ ആഭിമുഖ്യത്തിൽ സംഘടിപ്പിച്ച സാഹിത്യരചനാ കാമ്പിലൂടെയായിരുന്നു. സൗമ്യ സാത്വികനായ ആ ഗുരു ഇന്നും മനസ്സിൽ തെളിഞ്ഞു നിൽക്കുന്നു.

കവി ക്രാന്തദർശിയെന്നെൻ
മുൻമുറക്കാരുണർത്തിയതോർക്കുന്നു.
പുരോഗമന വിപ്ലവസാഹിത്യ ചിന്തകൾ
തിരതല്ലിയ പ്രേമസാഗരം നീന്തി
വികാര ശതങ്ങൾ ഞെരിക്കേയെന്നും
സ്വരമിടറാതെപ്പാടിയ പുലർക്കാലപ്പാട്ടുകൾ.
പദമിടറാതെ ശുദ്ധമനസ്സിൻ ശുഭ്രപ്രഭ വിതറി
ശാന്തമായി വഴിവെളിച്ചം തെളിച്ചു നടന്ന
വൈഷ്ണവ ചൈതന്യ സ്ഫുരണം
വിഷ്ണുനാരായണൻ നമ്പൂതിരി ഗുരുവരൻ
രാജനീതി ലോകനീതിക്കുത്തമ മാതൃക
ലോകനായകനെയാരാധരിച്ച സമത്വചിന്ത
വേദസാഗരത്തിരകളേകിയൂർജ്ജം
ആ മഹാസാഗരഗർഭത്തിലമൂല്യരത്നശേഖരം
കരഗതമായ ധനികനായിരുന്നങ്ങ്.
തത്ത്വ ശാസ്ത്രച്ചുടലപ്പറമ്പിൽ നിന്നു
പാടി, പുതുയുഗത്തിൻ പുലർക്കാലപ്പാടുകൾ
ശോണമിത്രന്റെയാത്മസംഘർഷത്തിലലിഞ്ഞു
സ്ഥിതിസമത്വമപ്രാപ്യം വർഗ്ഗ സമരത്തിനും

ശിഷ്ടമൂല്യതത്വത്തിനുമാവില്ല സമതല സമഷ്ടിപ്രാപ്തി
സ്വത്വം പോയോന്റെ ചിരിയെത്ര ഭീതിജനകമെന്നും
ശിഷ്ടം വരാത്ത കർമ്മമുണ്ടതു ചെയ്യുവാൻ
'ശോണമിത്രനോ'ടുണർത്തി സോനപ്രയാഗിൽ
സ്നാനവും കഴിച്ചഗ്നിപ്രവേശംചെയ്തു മുക്തനാക്കി
'യാങ്ട്സിയിൽ ചെന്താര' വിടർന്ന നാൾ
ടിയാനെൻമെൻ ചത്വരത്തിൽ ചതഞ്ഞരഞ്ഞ്
യുവനാമ്പുകൾ ഹൃദയരക്തം വാർന്നമർന്ന നേരം
ഉയർന്നൂ ധർമ്മവിലാപമൊന്നു മാത്രമിവിടെ
വിപ്ലവത്തോടു ധർമ്മത്തെ വേൾക്കുവാൻ
സൗമ്യ ശക്തമോതിയ ക്രാന്തദർശി,
മിതഭാഷിയാംഗലേയസാഹിത്യസഞ്ചാരി
ഉൽപ്പതിഷ്ണുവാംപൂജാരി, കലഹിക്കാതെ
വിയോജിക്കാൻ പാഠങ്ങൾ പകർന്നാരെയും
തന്നിലേക്കാകർഷിക്കും ശക്ത മാനവകാന്തം
സ്വത്വം മുറുക്കെപ്പിടിച്ചൊരാ ഗുരുവിനെ
ഹൃദയ ശ്രീകോവിലിൽ കുടിയിരുത്തിയാരാധിക്കട്ടെ.

മൃതിക്കപ്പുറത്തേക്ക്

സച്ചിദാനന്ദമാണീശ്വരനെന്നും,
അതുതിരഞ്ഞലയേണ്ടതില്ലാരുമീ ഞാനുമതുതാൻ.

ദു:ഖത്തിലാരംഭമവസാനവും-
പ്രയാണം ജീവിതമെന്നും ശാക്യമുനിദർശനം.
അഹിംസ പരമധർമമായതായ്വേരിൽ
ഊന്നിവളർന്നുപന്തലിച്ചൂ, തത്ത്വബോധബോധിവൃക്ഷം.

അശ്വത്ഥ വേരുകളറുത്തു പനകൾ മാത്രം
നട്ടുവളർത്താൻ വെമ്പിയകാലത്ത്, സിന്ധൂ തീരത്ത്
ആപദ്ധർമ്മംഹിംസ തെറ്റല്ലെന്ന
ഗോവിന്ദസിംഹ[1]പ്രായോഗികതയുടെ കർമ്മകുശലത.

കർമ്മത്തിലാണാധികാരം, ഫലത്തിലില്ലെന്ന
യാദവസമാശ്വാസം നിമിത്തചിന്താമുകുളമായുണരുന്നു.
അകർമ്മണ്യത മൃത്യുസമാനമെന്നറിയുമ്പോൾ
ശ്യാമസംഗീതത്തിന്റെ[2]അനുഷ്ടുപ്പാണെനിക്കിഷ്ടം

ഇവിടെ നിലമുഴുതുമറിക്കാനാശയക്കലപ്പകൾ
പിടിച്ചകൃഷീവലരെ[3]ല്ലാമിതറിഞ്ഞതാണല്ലോ!
അനശ്വര പ്രാണനല്ലോ ചലിക്കുന്നതുള്ളിൽ
മൃതിക്കപ്പുറംചലിക്കുന്നചിന്തകളല്ലോ ശ്രേഷ്ഠമെന്നും.

---

(1) സിക്ക് ഗുരു ഗോബിന്ദ്സിംഗ് മതത്തിന്റെ സംരക്ഷണാർത്ഥം അനിവാര്യമെങ്കിൽ ഹിംസയെ തള്ളിപ്പറയുന്നില്ല.

(2) ഭഗവത്ഗീത.

(3) ലോകമാന്യതിലകൻ,മഹാത്മാഗാന്ധി, വിനോബഭാവെ തുടങ്ങിയവർ ഗീതയുടെ പ്രാധാന്യം ബോധ്യപ്പെട്ടവരായിരുന്നു.

വൃത്തങ്ങൾ

ഓർമ്മവെച്ച നാളിൽ
വീട്ടുകാരുടെ സ്നേഹലാളനകളുടെ
ഹ്രസ്വമായ ആരത്തിൽ വരച്ച
വൃത്തമായിരുന്നു എന്റേത്.

കാലം മുന്നോട്ടുപായവേ,
വീടിന്റെ തോടുപൊട്ടിച്ചമനം
കൂടുതൽ നീണ്ട ആരങ്ങളിൽ
വൃത്തങ്ങൾ വരയ്ക്കാൻ തുടങ്ങി.

ഇന്നെന്റെ വൃത്തത്തിന്റെ
ആരദൈർഘ്യംകൂടിക്കൂടി
ബ്രഹ്മാണ്ഡവ്യാപിയായ
വൃത്തങ്ങൾ വരയ്ക്കുന്നു.

ചിന്തയുടെ വൃത്തത്തിന്നാര-
ദൈർഘ്യമേറുമ്പോൾ
കർമ്മവൃത്തത്തിന്നാര-
ദൈർഘ്യം കുറയുന്നതറിയുന്നു.

ഒടുവിലാര ദൈർഘ്യം
ചുരുങ്ങിചുരുങ്ങിയൊരു
കേവലബിന്ദുവിലെത്തുമെന്നും, അതിന്
അനന്ത വികാസ ശേഷിയുണ്ടെന്നുമറിയുന്നു.

ദിശാബോധം

തെക്കോട്ടു നടക്കുന്നുഞാൻ കാലിടറാതെ
വടക്കുനോക്കിയന്ത്രമുണ്ട് മാർഗ്ഗസൂചനയ്ക്കായി.

പടിഞ്ഞാറോട്ടുവലതുകാതും
കിഴക്കോട്ടിടതുകാതും തുറന്നുവെച്ചു.

പടിഞ്ഞാറുനിന്നുച്ചസ്ഥായിയിൽ സംഗ്രാമ കാഹളം
കിഴക്കുനിന്നുമന്ദ്രസ്ഥായി ശാന്തിമന്ത്രവും.

ഉച്ചസ്ഥായിയിലുള്ള സംഗ്രാമകാഹളത്തേക്കാൾ
മന്ദ്രസ്ഥായിലുണരുന്ന ശാന്തി മന്ത്രം

എന്റെയന്തരംഗത്തിലലയടിക്കുന്നുവെന്ന്
മനസ്സും മസ്തിഷ്ക്കവും വ്യക്തമായറിയുന്നതെന്താവാം?
സംഗ്രാമകർമ്മചൈതന്യത്തിന്നൂർജ്ജതാപം
ശീതശാന്തിമന്ത്രത്തെ ജയിക്കാത്തതെന്തേ?

തിരിയുന്നലോകത്തിനിന്നുംതിരിയാത്ത
തത്ത്വബോധക്കൊടുമുടികൾ ഹിമാവൃതങ്ങളോ?
പടിഞ്ഞാറുനിന്നെന്നും തിരിയുന്നു ഭൂഗോളം-
കിഴക്കോട്ടെങ്കിലും, ദിശബോധമില്ലാതുഴറുന്നുവോ നാം

വാളുടയും വാക്കുണരും

വാളുകൾ വായുവിൽതിളങ്ങിപ്പുളഞ്ഞു.
പ്രണവമായുണർന്ന വാക്കിനെ വെട്ടിവീഴ്ത്താൻ.

വാക്കിനുമൂർച്ചയേറും വാളിനേക്കാളെന്ന്
അറിയാത്തവാളുകൾ വായുവിൽ വൃഥാപുളഞ്ഞു.

വാക്കുണർത്തി- പിളർത്താനാവില്ലണയ്ക്കാനഗ്നിയെ
ഗുരുത്വശക്തിക്കു പിടിച്ചുകെട്ടാനാവാത്തതാണത്.

അണയ്ക്കാനാവുമെന്നഹങ്കരിച്ചുനീരുസാഗരം.
അതിനകത്താരും കാണാതിന്നുമുറങ്ങയത്രേ!

പുളയുന്ന വാളുകളുടയുന്നു, തുരുമ്പെടുക്കുന്നു-
തത്ത്വശാസ്ത്രങ്ങളും, വാക്കുണരുന്നു പ്രണവമക്ഷരം.

ബന്ധങ്ങൾ ബന്ധനങ്ങൾ - ഭൗതിക സത്യം

സാന്ദ്രീകൃതമൂർജ്ജം ദ്രവ്യമെന്നും,
സാന്ദ്രീകൃത ദ്രവ്യം ഗ്രഹങ്ങളെന്നും
അവയിലൊന്നീ ഭൂമിയെന്നു,മെന്നും
മന്ത്രിക്കയാണൂർജ്ജതന്ത്രമെൻ കാതിൽ

ഖരരൂപമാർന്ന കരയും
ദ്രവരൂപമാർന്ന കടലും
വാതകരൂപിയന്തരീക്ഷവും
ചേർന്നഭൂമിയൊന്നായ് ഭ്രമണത്തിലെന്നുമറിയുന്നു.

തേജോഗോളമാദിത്യനുചുറ്റും
ഒരു ദീർഘവൃത്തചലനമുണ്ടെന്നും
ഭ്രമണവും ചലനവും ഹേതുവാണ്
ദിനരാത്രങ്ങൾക്കും ഋതുഭേദങ്ങൾക്കുമെന്നുമറിയുന്നു.

ദ്രവ്യമവസ്ഥാന്തരങ്ങൾക്കധീനമെന്നും
ദ്രവ്യരഹിതമൊരു ശ്യൂന്യതയിൽ നിൽപ്പാണെന്നും
ബലങ്ങളാണു സ്ഥാനമാറ്റമില്ലാതെ
നിർത്തുന്നതെന്നും, ചലനമവിരാമമെന്നുമറിയുന്നു.

ദ്രവ്യത്തെയൂർജ്ജമായും[1];തിരിച്ചും
മാറ്റാനാവുമെന്നും ഒരുജൂത[2]ബുദ്ധികണ്ടു.

ആഴിക്കടിയിലുണ്ടാധാരമായ്കരയെന്നും
കരയോടുകടലെന്നും പ്രണയത്തിലാണെന്നും
ഗുരുത്വബലത്താലന്തരീക്ഷവും
വേർപിരിയാനാവാത്ത ബന്ധനത്തിലെന്നുമറിയുന്നു.

ആകയാൽ അവസ്ഥാന്തരങ്ങളും
ബന്ധ-ബന്ധനങ്ങളും ഭൗതിക യാഥാർത്ഥ്യങ്ങൾ

ബലങ്ങൾ ശക്തികൾ ക്ഷയിച്ചാൽ ബന്ധങ്ങളുടയും
ബലബന്ധിത ചലനാത്മക കാരാഗൃഹമല്ലോ പ്രപഞ്ചം.
ബന്ധനങ്ങളറുത്ത് ശാശ്വതമൊരു സ്വാതന്ത്ര്യം
അപ്രാപ്യമെന്നോ, പ്രപഞ്ചഘടനയുടെ പൊരുളാരറിവൂ

---

(1) $E=mc2$

(2) ഐൻസ്റ്റീൻ

കർമ്മതത്ത്വ മർമ്മമറിഞ്ഞ മനീഷി

(തൊഴിലാളി സംഘടനാ രംഗത്ത് അംഗസംഘടനകളില്ലാതെതന്നെ കേന്ദ്രീകൃത തൊഴിലാളി സംഘടന-ഭാരതീയ മസ്ദൂർ സംഘം രൂപീകരിച്ച് ഭാരതത്തിലെ ഏറ്റവും പ്രബലപ്രസ്ഥാനമായി അതിനെ വളർത്തിയ അസാധാരാണ ബുദ്ധിശാലിയും,സ്ഥിരോത്സാഹിയും, കറകളഞ്ഞ ദേശീയഅസ്മിതയുടെശക്തനായ പ്രചാരകനും നേതാവുമായിരുന്ന ദത്തോപാന്ത് ഠേംഗഡിജിക്ക് പ്രണാമം)

സഹസ്രാബ്ദങ്ങളിലൂടെ വളർന്ന
സംസ്കാര സൗധത്തിന്നടിക്കല്ലിൽ
കർമ്മ ചൈതന്യത്തിൻ കരുത്ത്
ശ്യൂന്യതയിൽ നിന്നുപടുത്തുയർത്തീ,
സംഘബലശിലാക്കോട്ടകൾ.
ശുക്രനീതിയിലൊളിഞ്ഞിരിപ്പൂ
ഋഷിനാടിൻ കർമ്മ നിയാമക തത്ത്വങ്ങൾ
സുഷുപ്തിയിലെന്നുദർശിച്ച ഋഷിയെസ്മരിക്കുന്നു.
ഠേംഗഡിയെന്നാണല്ലോ നാമം
പണിശാലകളിൽ പലപലരംഗങ്ങളിൽ
കർമ്മാരാധന ചെയ്‌വോരുടെ കണ്ഠങ്ങൾ
സാമോദമുറക്കെയുണർത്തുമ്പോൾ
ശത്രുതമുതലാളിക്കും തൊഴിലാളിക്കും
ജനിതകഗുണമായ്ക്കണ്ട ജൂത'ചിന്തയുടെ
അടിക്കല്ലുകളിളകുന്നൂ വീണടിയുന്നൂ.
ദിശാബോധ ദീപപ്രോജ്ജ്വലിതം
വീഥികളിലൂടെ കർമ്മചൈതന്യജാഥ
നയിച്ച മനീഷിയെ നമിക്കുന്നു സാദരം.

---

(1) കാൾമാർക്സ്

ജദുവ

തീവണ്ടിയിൽ തിങ്ങിഞെരുങ്ങിയ യാത്ര
അസ്വസ്ഥമശാന്ത മനമോടൊരു നാൾ
മഹാമാരിപ്പേടിയിൽ മൂടിയ വായും നാസികയും
ഗ്രീഷ്മച്ചൂടിൽ ഉരുകിയിരിക്കേ തപ്തമെൻ
ഹൃദയസ്പന്ദന താളമുയർന്നതറിയാതെ
അർദ്ധസുഷുപ്തിയിലാണ്ടൂതെല്ലിട ഞാൻ.
ഒരു മൃദുവിരൽസ്പർശനമേറ്റുണർന്നപ്പോൾ
ഒരുകൊച്ചുപൂമ്പാറ്റപോലവൾ മെല്ലെവിടർത്തീപുഞ്ചിരി
കുഞ്ഞിളംകയ്യിലെ'മിന്റു മിഠായി'നീട്ടുന്നു.
ആമുഖത്തുകണ്ടു ഞാൻ ഒരു ദിവ്യപ്രഭ.
ചെറിയൊരു മധുരവിരോധിരോഗി ഞാൻ
തന്നെയുമല്ല, കുട്ടികളല്ലോ മിഠായിക്കവകാശികൾ
നിരസിച്ചു ഞാൻ സൗമ്യമായ് സ്നേഹപൂർവ്വം.
എങ്കിലുമൊരു കാന്തികവലയമായെൻ മുന്നിൽ
നിന്നവളോടു തിരക്കി ഞാൻ പേരറിയാൻ
'ജദുവ ഫാത്തിമ' യെന്നോതിച്ചുരുക്കി
വിളിക്കുമിഷ്ടപൂർവ്വം'ജദുവ'യെന്നുമത്രേ.
ജദുവയവൾ തർക്കമില്ലീശ്വരസമ്മാനമന്വർത്ഥനാമം
ആ മുഖത്തുകണ്ട നിഷ്കളങ്കസ്നേഹപ്രഭയെത്ര രമ്യം!
മനുകുലത്തിനു നന്മതൻ തണലേകുവാൻ
കരുത്തുമായി വളരുമിവളെന്നു നിർണ്ണയം.
മതങ്ങളതിരിടാത്ത മനസ്സിൻ മനോഹാരിത
വെറുമഞ്ചു വയസ്സുള്ളൊരീ പിഞ്ചു ബാലികയിൽ
ഒരു ദേവീ ചൈതന്യമൊരുമാത്ര ദർശിച്ചു ഞാൻ
കുടിയിരുന്നവളെൻ മനസ്സിൻ ശ്രീലകത്ത്.

ഉത്തമ മൂല്യങ്ങളുയർത്തി ജീവിത രഥ്യയിൽ
മുന്നോട്ടു പോകുമിവളെന്നെന്നന്തരംഗം.
സീമാതീത സ്നേഹസാഗരമായി വളരട്ടെ
നിഷ്കളങ്ക ദിവ്യചൈതന്യം വിശ്വനന്മക്കായി.
ഈശ്വരാവതാരങ്ങളീ നിഷ്കളങ്കബാല്യങ്ങൾ
ദൈവ സമ്മാനമീദേവിയതു നിശ്ചയം താൻ.
മോളേ, നാളെയീനാടിൻനന്മകൾ കാണുന്നു നിന്നിൽ ഞാൻ

നിസ്സഹായൻ

അമ്പേറ്റു വീണ കിളിയുടെ ചിറകടിച്ചകന്ന പ്രാണൻ
തന്ത്രീലയസമന്വിതമാദികാവ്യമൊരിതിഹാസം
മാമുനിച്ചുണ്ടിൽ ശോകശ്ലോകമായുയർന്ന മണ്ണിൽ
ജീവിത മൂല്യങ്ങളുറവവറ്റിവരണ്ട ഗ്രീഷ്മ മദ്ധ്യാഹ്നങ്ങൾ.

തപിക്കുന്നു ലോഹപ്രതിമയായി നഗര മദ്ധ്യത്തിൽ
സത്യമേകമതൊന്നേ ദൈവമായികണ്ടവൻ
മിഴിയടക്കുന്നതെന്തീയസത്യതാണ്ഡവതാളം മുറുകവേ?
ആസ്വദിക്കയാണോ, ആസുരികമീതാണ്ഡവതാളം?

കണ്ടുഞാൻ കണ്ണൂരിൽ, കാൽടെക്സുകവലയിൽ
കത്തുന്നവെയിലത്തു മുന്നോട്ടുകാലുവെക്കുന്ന കർമ്മയോഗിയെ.
പൗരസ്ത്യപ്രയാണപ്രതീകം പ്രതിമയായഹിംസയൊരൂന്നുവടിയും
നിൽക്കുന്നു ഗാന്ധി, ഹിംസ താണ്ഡവമാടുന്ന കാലത്ത്
നഗരമദ്ധ്യത്തിൽ നിസ്സഹായൻ.

ഇടംകാലാണു മുന്നിലെന്നുമല്ലവലംകാലുതന്നെയെന്നും
ദൃഷ്ടിയിടത്തോ വലത്തോ തർക്കമിന്നും തുടരുമ്പോൾ
അറിയുന്നീലജ്ഞാനികൾ, ഇടതല്ല വലതുമല്ല, നേരേ മുന്നോട്ട്-
നേരിന്റെ ഋജുരേഖാ പ്രയാണം, ദൃഷ്ടിയുമങ്ങനെയെന്ന്.

സുദാമാപുരിയിൽ തുടങ്ങിയോരീയാത്രയെത്ര വഴികൾ,
നാൾവഴികൾ താണ്ടി,കടലുകൾകടന്ന് ഒടുവിലീയാർഷ ഭൂമിയിൽ
തിരികെയെത്തി, അമ്മതൻകാൽച്ചങ്ങലയറുക്കാൻ, മിഴിനീരുതുടയ്ക്കാൻ.

നാടായ നാട്ടിലെല്ലാമിന്നുകവലകാക്കുകയാണോ?
ജീവിത മൂല്യങ്ങൾ, സത്യബോധങ്ങളിടിയുമ്പോൾ
മുറുകെപ്പിടിക്കാൻ ശ്രമിക്കയാണ്.

വെടികൊണ്ടു ചോരവാർന്ന് മാറിലെ സ്പന്ദനതാളം
രാമമന്ത്രത്തിന്നവരോഹണത്തോടൊത്തണയുമ്പോൾ.

രാവിന്നന്ധയാമങ്ങളിൽ നഗര നീതികൾ, രീതികൾ കണ്ടും
നാരീവിലാപങ്ങൾ കേട്ടും ഇന്ദ്രിയങ്ങൾ തഴമ്പിച്ചുവോ?
ലഹരി മോന്തിയുംപുകച്ചും വിനാശഗർത്തത്തിലാണ്ടു പോവുന്ന
യുവതയെകാണുന്നതില്ലേ, നിർവ്വികാരസമാധിയിലമരുകയാണോ
സത്യ സാക്ഷീ?

'കാലിച്ചെറുക്കൻ' പാഴ്മുളം തണ്ടിലുണർത്തിയ രാഗങ്ങൾ
വറ്റിവരണ്ടോ, ഗോകുലം ജന്തുവിഹീനമായോ?
രണഭൂമിയിൽ തളർന്നതൻപ്രിയമിത്രം സവ്യസാചിക്കു
മനോബലത്തിനായ് ചികിത്സ നൽകിക്കരുത്തുമൂർജ്ജവുമേകിയ
യോഗേശ്വരനെയാത്മാവിലാവാഹിച്ച കർമ്മധീരൻ കരയുന്നുവോ?
നൈരാശ്യം മോന്തിമയങ്ങുന്നുവോ?

തെയ്യവും തിറയും നിറഞ്ഞാടിയ പെരുങ്കളിയാട്ടക്കാവുകളിൽ,
രാവുകളിൽ, തറികളുടെ കടകടത്താളം മുഴങ്ങിയ പകലുകളിൽ
ജീവിതം നെയ്തവർ പകമൂത്തന്യോന്യം പൊരുതിയൊടുങ്ങവെ,
ഗീതയേന്തിയ കരങ്ങൾ വിറയാർന്നു ദുർബ്ബലമായോ?

വഴിത്താരകളിലെല്ലാം കബന്ധങ്ങളാകുവാൻ
പതിയിരുന്നു തത്ത്വശാസ്ത്രങ്ങളുറഞ്ഞു തുള്ളുമ്പോൾ
ശാന്തിമന്ത്രത്തിന്റെ ശ്രുതിതെറ്റിയതതെന്തേ?
സത്യവ്രതാ, മൗനം വെടിഞ്ഞുണരുകീയധർമ്മമമർത്തുവാൻ.

കാലമെത്രയിതൾ കൊഴിഞ്ഞുവെങ്കിലും,
ഒരു നാമ്പെങ്കിലും ശേഷിക്കയില്ലേ സജീവമായ്.
ദു:ഖനിമഗ്നമീകാലക്കവലയിൽ എത്ര നാളിങ്ങനെ നിർവികാരം
നിൽക്കുമൊരു സാന്ത്വനമന്ത്രമുരുവിടാതെ നിസ്സഹായനായി?.

സൗമ്യക്ക് രണ്ടശ്രുകണങ്ങൾ

ഇസ്രായേലിൽ ഹമാസ് ഭീകരരുടെ റോക്കറ്റാക്രമണത്തിൽ അകാലത്തിൽ പ്രാണൻ നഷ്ടപ്പെട്ട ഗൃഹ പരിചാരിക സൗമ്യയെന്ന സോദരിക്ക് സമർപ്പണം.

1

നല്ലൊരു നാളെയെക്കിനാവുകണ്ട്
അകലെയന്യനാടുകൾ തേടിടുന്നിന്നും.
മലയാള നാടിൻ തൊഴിൽരഹിതയുവത
ജീവിത വസന്തം കരിന്തിരികത്തുമ്പോഴും
ഉറ്റവർ, മക്കളെ.യിണകളെ മറ്റു
രക്തബന്ധങ്ങളെയൊക്കയും വിട്ടു
നിയോഗങ്ങളിൽ മുഴുകി സ്വപ്നനൂലിനാൽ
ജീവിതം നെയ്തുകൊണ്ടിരിക്കുവോരറിയുമോ
വിശ്വരാജനീതിപ്പകിടയുരുളുന്നതും നിഗൂഢകുടില
തന്ത്രങ്ങളിൽ മരണയന്ത്രങ്ങൾ മുരളുന്നതും.

2

ദേശഭേദങ്ങൾ,ജാതിമത ഭിന്നതയേതുമില്ല
പഞ്ചഭൂതങ്ങൾക്കെന്നിരിക്കേയെന്തിനായ്
തുടരുന്നു വ്യർത്ഥശണ്ഠകൾ സത്യമേകമെന്നറിയാതെ.
പതിനെട്ടക്ഷൗഹിണിയൊടുങ്ങിയിട്ടും,
രണഭൂമിയിൽ വിജയിയും പരാജിതനെന്നും,
സർവ്വനാശമൊന്നേരണാന്ത്യമെന്നുമറിവേൻ.
അന്ധരാൽ നയിക്കുമന്ധരറിയുന്നീല
ഹിംസയ്ക്കാവില്ലൊരു സ്വർഗ്ഗകവാടവും തുറക്കുവാൻ

3

സൗമ്യയെൻ സോദരി ഒരു കുഞ്ഞുകൂടിൻ സ്വപ്നം
സാക്ഷാത്കരിക്കാൻ തൻ പ്രിയതോഴനെ
പുത്രനെ പിരിഞ്ഞു നൊമ്പരം തിങ്ങുംഹൃദയമോടെ
കർമ്മ നിരതയായിരുന്നനേരമോർത്തില്ല
മൃത്യുയന്ത്രക്കഴുകൻ പറന്നുവന്നു റാഞ്ചും പ്രാണനെന്ന്.
അവൾക്കറിവേതുമില്ല, ആരോ തലമുറ കൈമാറുന്ന
പ്രതികാരാഗ്നിയിലൊടുങ്ങുവാനാണു ശിരോലിഖിതമെന്ന്.
ഹതഭാഗ്യയായോരെൻ സോദരീ, നിൻഹത്യ-
യെന്നിൽനൊമ്പരക്കടലായിത്തിരയടിക്കുന്നു
നിന്നാത്മശാന്തിക്കായി പൊഴിക്കട്ടെ രണ്ടശ്രുകണങ്ങൾ.

ഒറ്റയാൻ

ഒരിക്കലും പേരിൽ ബ്രാഹ്മണ്യത്തിന്റെ സൂചകം കൊണ്ടു നടക്കാതെ ജാതിമതാതീത ചിന്താസരണിയിലൂടെ ഏകനായി നടന്ന സർഗ്ഗധനനായിരുന്നുശങ്കരൻ നമ്പൂതിരിയെന്ന മാടമ്പ് കുഞ്ഞുകുട്ടൻ. സ്വ സംസ്കാരത്തിന്റെ വേരറുക്കാൻ തയ്യാറാവാത്ത ആ ധിക്കാരി സാഹിത്യ ചക്രവാളത്തിൽ തിളങ്ങിനിന്നു. സംഘടിത പടിഞ്ഞാറുനോട്ടത്തിന്റെയും, രാഷ്ടീയഅടിമത്തത്തിന്റെയും തടങ്കൽ പാളയങ്ങളിൽ കിടന്നില്ല. അധികാരത്തിന്റെ വാഴ്ത്തലുകൾക്കുവേണ്ടി കുനിയാത്ത ശിരസ്സോടെ ഒറ്റയാനായി നടന്നുരുവപ്പെട്ട വഴികളിലൂടെ നടന്ന് തിരിച്ചു വരാനാവാത്ത കാലവനാന്തരം പൂകി.

സർവ്വ തന്ത്ര സ്വതന്ത്രചിന്ത പൂത്തുലഞ്ഞ്
അരാജകത്വ പ്രണയിയായ ക്ഷുഭിതയൗവ്വനം
സ്വാംശീകരിച്ചാവിഷ്കരിച്ചു, മാറാത്ത മുറിവുമായി
മരണമില്ലാതലഞ്ഞ ശപ്തഗുരുപുത്രന്റെയാത്മാവ്.
അകം ചീഞ്ഞതുറക്കെപ്പറയുവാൻ
നേരിന്റെ നാരായ വേരിലൂന്നി നിന്ന നാൾമുതൽ
ഒരൊറ്റയാന്റെ ശബ്ദമുയർന്നനേരം, പഴകിയഴുകിയ
വ്യവസ്ഥതന്നസ്തിവാരമിളകിയോ?
ഇരുളും വെളിച്ചവുമിടകലർന്നവ്യക്തനിസ്സഹായ
നെടുവീർപ്പുകൾ കൽച്ചുവരുകളുടെ നഗ്നമേനികൾ തുളച്ച്
പുറത്തെത്തിയൊരന്തർസ്ഫോടനാന്തരധൂമങ്ങൾ
അപ്രിയ സത്യങ്ങളുറക്കെയോതുവാൻ
ഊക്കേറിയോരാനിഷ്കളങ്കജ്ഞാനി
ആനയറിവുകളുടെ ആഴമറിഞ്ഞവനായിരുന്നത്രേ!
വേദ സംസ്കൃതിയുടെയടിവളം വേരിലൂടെ
ആഗിരണംചെയ്തു പടർന്നുപന്തലിച്ചൊരശ്വത്ഥം.

പാശ്ചാത്യചിന്താച്ചുഴലിക്കൊടുങ്കാറ്റിലാടിയില്ലണുവിട
പച്ചമനുഷ്യന്റെ പൊട്ടിത്തെറിക്കലും ചിരിക്കലും
മാഞ്ഞുപോയിയീ സാഹിത്യത്തറവാട്ടിൻ
തിരുമുറ്റത്തു ബലിക്കാക്ക വട്ടമിട്ടു പറക്കുന്നു.
മായുമോ അഭ്രപാളിയിൽ മാറിവന്ന ഭാവങ്ങൾ,
നിലക്കുമോ കാതിൽ സംസാരസാര പ്രതിധ്വനികൾ?
രാജപാതകളുടെ മിനുത്തപ്രതലങ്ങളിലായിരുന്നില്ല
പ്രയാണമെക്കാലവും, സ്വയം നടന്നു നടന്നു തെളിഞ്ഞ
ഗ്രാമീണ വഴികളുടെനിമ്നോന്നതകളിലൂടെയായിരുന്നു.
ബലിഷ്ഠകരങ്ങളാൽ ഭ്രഷ്ടാടാചാരങ്ങൾ വലിച്ചെറിഞ്ഞ്
നടന്നൂ, നിർഭീകം, അന്തരാത്മാവിന്റെ വെളിച്ചത്തിൽ.
ഉത്സവപ്പറമ്പിൽ തിടമ്പേറ്റിയ ഗജവീരന്റെ തലയെടുപ്പ്,
കുനിയാത്ത ശിരസ്സുയർത്തി ഭേദചിന്തയില്ലാത്ത
മനസ്സുമായി യാഗഭൂമിയിൽ നടക്കവേ
കാലുകൾ പതറിയില്ല, പിഴച്ചില്ല ദിശാബോധവും.
സാംസ്കാരിക മാടമ്പികൾ മാടമ്പിനെ ഭയന്നിരുന്നോ?
വേരറുക്കാൻ തയ്യാറാവാതിരുന്നതിനാലാവാം
വാഴ്ത്തുപാട്ടിന്റെ വായ്ത്താരികളുയർന്നില്ലുച്ചസ്ഥായിയിൽ
വേറിട്ട വഴികൾ വെട്ടിതെളിച്ചേകാന്ത പഥികനായതിനാലോ
സാഹിത്യ ശ്രീകോവിലിൻ ഗർഭഗൃഹങ്ങളിൽ
സാംസ്കാരികക്കുത്തകക്കാരരചൻമാരുംകുടിയിരുത്തിയില്ല,
പണയത്തിലാവാത്ത സ്വത്വമെന്നും കൈമുതലായിരുന്നല്ലോ.
കേൾക്കുന്നു ഞാനിന്നുമാ ബുള്ളറ്റുമോട്ടോർ സൈക്കിളിൻ
ഘനഗംഭീരമാം തുടിപ്പും, കാണുന്നു രാജകീയ
പ്രൗഢിയോടതിലേറിയണയുന്ന മഹാമനീഷിയെ
അർപ്പിക്കുന്നു പ്രണാമങ്ങൾ മാടമ്പുസ്മൃതിക്കായ്.

തരുപുരാണം

1

ആണ്ടറുതിപോലെത്തുന്നു ജൂണിലഞ്ചാംദിനം
സ്മരിക്കട്ടെയെൻപൂർവ്വജരെയെത്രയോയുഗങ്ങളായി
നന്മതൻ തരുനട്ടുമൺമറഞ്ഞവരെനിക്കു രമിക്കുവാൻ,
നമിക്കുവാനുമീമണ്ണു വിട്ടുതന്നു, സ്വച്ഛമായൊഴുകും
തെളിനീരുറവകൾ പിറന്നകാടുകൾ മലനിരകളും.
ജ്ഞാനികൾ, ദാർശനികർ പിറന്നൂസുഖശീതളഛായയിൽ
ഒരു വൃക്ഷത്തണലിലിരുന്നൊരു രാജകുമാരൻ[1]
നേടിയജ്ഞാനവെളിച്ചം ഇരുൾമൂടിയകാലത്തൊളി-
വിതറിയൊഴുകിപടർന്നുപരന്ന കഥകേട്ടു വളർന്നൂ നാം
കരിയുന്നകാടുകളിലെരിയുന്നചിറകുമായ്പിടയുന്നത്
പക്ഷമറ്റവനിയിൽ പതിച്ച പഴയ പക്ഷിതൻ
പിൻമുറക്കാരല്ലേ, പുനർജ്ജനിക്കുന്നുവോ ദശാസ്യനും?
മക്കളെയെരിയുന്നകാട്ടുതീയിൽ നിന്നു രക്ഷിച്ചിടാൻ
ഉള്ളുരുകി പ്രാർത്ഥിച്ചു വട്ടമിട്ടുപറന്ന ജരിതയുടെ[2]
ദീനരോദനം വിഷവാതകപൂരിതമാരുതസമേതം
യുഗങ്ങൾ താണ്ടിയെത്തുന്നുവോ, പ്രതിധ്വനിക്കുന്നുവോ കാതിൽ?

2

ഒട്ടിച്ചേർന്നു നിൽക്കുവാനർത്ഥകൽപ്പനയുള്ളൊര-
ക്രമരഹിതസമരമുറക്കടിവേരുതേടുന്ന ഞാനറിയുന്നൂ
രാജസ്ഥാനിലെ ബിഷ്ണോയി വനിതകളുടെ
ധീരോദാത്തകഥകൾ, അമൃതാദേവിയും[3]കൂട്ടരും
ജീവൻപണയംവെച്ചുപുണർന്നുമരങ്ങൾക്കേകി ജീവൻ.
ചണ്ടിപ്രസാദ്ഭട്ടും, ധൂംസിങ്ങ്നേഗി, ബച്ച്നീദേവിയും

അവരുടെ പ്രകൃതിപ്രണയിസംഘങ്ങളെയുമോർക്കാം.
ത്യാഗ സുരഭിലമാതൃജൻമങ്ങൾതൻ നിശ്ചയദാർഢ്യം.
വജ്രസമാനമവരാരാധ്യദേവതകളെന്നതിലില്ല തർക്കം.
അയ്യായിരം കിലോമീറ്റർദൂരം ഹിമാലയസാനുക്കളിൽ
വിറയാത്ത പാദങ്ങൾ തിളങ്ങും മിഴികളോടെ
താണ്ടിത്തളർന്നു രംഗമണ്ഡപമൊഴിഞ്ഞ ഋഷിവരൻ
സുന്ദർലാൽ ബഹുഗുണയേയും സ്മരിക്കുന്നൂ ഞാനീ, ദിനം
ആ ഋഷിവരൻ വളർത്തിയനശ്വരമാക്കീ 'ചിപ്കോ'-മുന്നേറ്റം.
കെട്ടിപ്പിടിക്കാൻ മരമൊന്നുപോലുമവശേഷിക്കാത്ത
നാളയെക്കാണുന്നൂ ദു:സ്വപ്നമായിഞാനിന്നു നിദ്രയിൽ

3

വായുവാകാശവും മലിനമാക്കാതെ ജീവിതവൃത്തം
പൂർണ്ണമായി വരച്ചുമാഞ്ഞുപോയഗ്നിശുദ്ധരായി
പഞ്ചഭൂതങ്ങളായിപ്പിരിഞ്ഞവരോതിയ
സാരവത്താം മൊഴികളിന്നും വിസ്മരിക്കയോ ഞാൻ!
എന്റെയാണെല്ലാമെനിക്കധീനം, ഞാൻ സർവ്വശക്തനെന്നും
എന്നിൽമുളച്ചൊരഹന്താബീജമേറെവളർന്നുപടർന്നൂ-
വിത്തപോഷണത്താൽ, ഭൗതികചിന്ത താങ്ങുവൃക്ഷമായി.
ബ്രഹ്മാണ്ഡവ്യാപിയായതിൻഛായക്കില്ല സുഖശീതളിമയും
ഇരുളാണല്ലോചുവട്ടിലൊരു നാട്ടുവെട്ടവുമില്ലല്ലോ!
ഇത്തണലിലില്ലെനിക്കാശ്വാസമൊട്ടുമെന്തുകൊണ്ടോ
ശ്വാസകോശങ്ങൾ ചുരുങ്ങിച്ചുരുങ്ങിയടയുന്നുവോ?
ആകെത്തളർന്നുഞാനിനിയേതൊരു വഴിയെന്നു
തിരിയാതെ കുഴിയാനയായിത്തിരിയുന്നുവിന്നും.
പൂർവ്വസൂരികൾരക്ഷിച്ചുവന്ന കാവുകളബദ്ധജടില-
വിശ്വാസങ്ങളന്ധങ്ങളല്ലെന്നുമറിഞ്ഞുവല്ലോ,
ഏറെ വെട്ടിയൊതുക്കിയ ഞാൻ വൈകിയെങ്കിലും.

4

പോയകാലങ്ങളിലാമോദമോടെതരുനട്ട കുഴി-
മാന്തിവെക്കുന്നു പുതിയ തരുവൊന്നുഞാൻ
ഇളം തരുവിതൊന്നെങ്കിലും വളരുമോ തണലാകുവാൻ
വെക്കുന്ന മരങ്ങൾ തനിയെ പിടിച്ചു നിൽക്കാൻ
കരുത്തരാവുംവരെ കാക്കണം നാം ശിശുക്കളെപ്പോലെ
രക്ഷിക്കാനാവും സംഖ്യയിൽ തരുനട്ടുനനക്കുവതല്ലോചിതം!
കാലം ചെന്നാൽ വിടരും ഹരിതക്കുടകൾ നിരനിരയായി
നമ്മുടെ കാലാവസ്ഥയ്ക്കനുയോജ്യതരുക്കൾ നട്ടു നനക്കാം
ഓരോ നാടിനുമുണ്ടതിനുടെ കാലാവസ്ഥക്കിഷ്ട തരുക്കൾ
നാളെ കിളിയുടെ കൂടുകൾമുട്ടകൾ കുട്ടികൾ കാണണ്ടേ?
അവയുടെ പല്ലില്ലാത്ത കൂട്ടച്ചിരിയുടെ മേളം താളാത്മകമല്ലേ!
ശ്രവണമനോഹരസംഗീതം കേട്ടുണരണ്ടേ, പുതുപുലരികൾ
വിരിയാനിന്നേ നട്ടുവളർത്തുക തരുലതകൾ തലമുറകൾക്കായ്
'ദശപുത്രസമംതരു'-വെന്നല്ലേ വൃക്ഷായുർവേദം!
പ്രാണമരുത്തിൻ ശുദ്ധതവേണ്ടേ, കാലം ചെന്നാൽ
പ്രാണത്യാഗം ചെയ്തും നമ്മുടെ വീടുകൾ സുന്ദരമാക്കാൻ,
തനുതളരുമ്പോൾസുഖകരമായിട്ടിളവേൽക്കാൻ
മെത്തവിരിക്കാൻ കട്ടിൽവേണ്ടേ, ഇടറും കാലിനു ബലമേകാൻ,
ഊന്നാനൊരുകമ്പ്, പിന്നെ പെരുന്തച്ചന്റെ പിൻമുറക്കാർക്ക്
വിരുതുകാട്ടാൻ, എണ്ണിയാലൊടുങ്ങാത്തവയുപയോഗങ്ങൾ.
ഒരു തരു വളരുമ്പോൾ തണൽ പടരും, നിറയും നീരുറവ
പ്രാണവായു പരക്കുന്നൂ, പ്രാണികളാനന്ദം നേടുന്നൂ.
ആനന്ദംകളിയാടുന്നഉണ്മയതല്ലോ ജീവിതവും, ജീവൽസ്പന്ദന-
താളസംതുലനം നേടാൻ തരുവൊന്നുനടാം, തളരാതെന്നും
വളരണമല്ലോ തലമുറകൾ, സംസ്കാരത്തിൻ നൈരന്തര്യം തുടരാൻ.

---

1. സിദ്ധാർത്ഥൻ
2. മന്ദപാലൻ മുനിയുടെ പത്നി
3. മരങ്ങളെ കെട്ടിപ്പുണർന്ന് വെട്ടിവീഴ്ത്തുന്നതു തടഞ്ഞവർ

സ്വാതന്ത്ര്യവും ചലനവും

കാലം മുന്നോട്ടതി
വേഗംപായുമ്പോൾ
ഓർമ്മകൾ പിറകോട്ടതി-
വേഗംപായുവതെന്തേ?
ഓർമ്മകൾ വേരും സമകാലിക-
ജീവിതമൊരുതടിയും
ശാഖകൾ ഭാവിയിലേക്കുയരുന്നു
പിന്നോട്ടോടുന്നോർമ്മകൾ,
പുലരിച്ചിന്തകൾ മുന്നോട്ടുമായാടും
ക്ലോക്കിൻപെൻഡുലമീജീവിതം.
സ്വാതന്ത്ര്യമില്ലാത്തൊ-
രാരകേന്ദ്രബന്ധിതചലനം
ആട്ടം നിലച്ചാൽ സ്വാതന്ത്ര്യ-
മെന്നാരോ പറഞ്ഞു.
സ്വാതന്ത്ര്യത്തിൽ
ചലനമതില്ലെന്തതിശയം!

❍